909 bài thơ ba dòng

NGUYỄN HƯNG QUỐC

909 BÀI THƠ
BA DÒNG

LOTUS MEDIA

2021

909 bài thơ ba dòng
Thơ Nguyễn Hưng Quốc
Tranh bìa và chân dung NHQ (bìa sau): Trương Vũ
Trình bày: Uyên Nguyên
Lotus Media xuất bản 2021
Liên lạc: nguyenhungquoc2018@gmail.com

ISBN: 978-1-0879-7443-9

Lời nói đầu

1.

Khi tôi muốn nói, tôi nói. Khi tôi muốn nói một cách rõ ràng, đầy đủ và mạch lạc, tôi viết. Khi có ai đó nhoi nhói trong đầu đòi tôi phải nói những gì tôi không thể nói được, tôi làm thơ.

Ai? Tôi chưa bao giờ gặp mặt hắn. Chỉ đôi lần thấy bóng hắn thấp thoáng lướt qua. Rất khẽ. Như một ý nghĩ dâm đãng loé lên rồi tắt ngúm lúc đi đường. Có lúc tôi nghe hắn thở dài lặng lẽ. Mỗi tiếng thở dài làm nhấp lên con chuột. Màn ảnh máy vi tính đầy chữ dần. Những chữ không biết đến từ đâu.

Bài thơ nào tôi cũng đưa cho vợ tôi xem. Vợ tôi không nói gì. Chỉ nhìn tôi như kẻ lạ.

Không bao giờ chúng tôi làm tình sau khi tôi làm thơ xong.

2.

Với thơ, tôi nghĩ, hai dòng thì hơi ít; bốn dòng thì hơi thừa. Tôi chọn ở giữa: Ba dòng. Xin đừng lầm thơ ba dòng ở đây với thơ haiku. Haiku, xuất phát từ Nhật, là thể thơ cách luật với những quy định nghiêm ngặt về số âm tiết trong cả bài cũng như trong mỗi câu, và sau chúng, là một hệ mỹ học riêng, khá đặc thù. Trong thơ ba dòng, một số bài có thể nằm gọn trong cái khung mỹ học của haiku, tuy nhiên, nhiều hơn, tự bản chất, là thơ tự do. Hoàn toàn tự do. Ngay cả khi nó có vẻ có vần, nó vẫn là thơ tự do. Nó chỉ giống haiku ở một điểm: Giới hạn trong ba dòng, với một số chữ hạn chế, bài thơ bị nén chặt, thật chặt, để, sau đó, bùng nổ trong lòng người đọc. Phần quan trọng nhất là phần "bùng nổ" ấy. Nó nằm ngoài câu chữ. Nó chỉ có thể được nghe thấy bằng sự nhạy cảm và sự đồng cảm. Nó thuộc về phần tương tác của người đọc. Dĩ nhiên, vẫn có trường hợp người đọc, dù nhiệt tình tương tác, vẫn không nghe tiếng "nổ" nào cả. Đó là sự thất bại của tác giả. Trong trường hợp đó, tác giả xin nhận lỗi.

3.

Tất cả các bài thơ trong tập này được sáng tác trong năm 2020 và nửa đầu năm 2021.

1.

Một chân ở Việt Nam, một chân ở Úc
Dưới háng là
Mây bay

2.

Thơ ra đời từ
Lãnh cung
Của những đoá hoa hồng

3.

Khi hai phần hạ thể đụng vào nhau
Ngọn núi nghiêng mình tránh
Một chiếc lá rơi

4.

Mỗi người ra đi
Trời đất phúng điếu bằng
Một hạt bụi bay

5.

Mỗi đoá hoa là một bản dịch
Nhan sắc của Eva
Lúc còn ở vườn địa đàng

6.

Tình yêu là
Một biến tấu
Của lửa

7.

Trăm đứa con Thị Nở
Mỗi đứa
Một màu cờ

8.

Những chiếc lá rơi
Không để lại
Di chúc

9.

Xin lỗi ánh trăng: Phải kéo màn cửa lại
Nàng không muốn ai nhìn thấy
Chuyện vợ chồng ầu ơ

10.

Nhà thơ
Buông ngòi bút xuống
Thành Phật

11.

Tôi yêu những cái đầu ngẩng cao
Bất khuất trước
Những giọt sương khuya

12.

Những chiếc lá đỏ run rẩy dưới nắng
Gió thốc lạnh
Người thiếu phụ ngồi cháy cả mùa thu

13.

Cả đời tôi cứ rượt theo hoài
Những làn mây
Vô tổ quốc

14.

Những bãi cỏ xanh ngắt
Đồng ký tên vào
Bản tuyên ngôn của mưa

15.

Những ngọn cây rướn cao lên trời xanh
Để viết hiến chương
Cho mặt đất

16.

Những chiếc lá đẹp như hoa
Nhắc nhở:
Đừng tin vào vĩnh cửu

17.

Các vì tinh tú xa xăm
Đêm đêm dõi mắt nhìn địa cầu
Tìm một nhà thơ thất lạc

18.

Vầng trăng xanh ốm nghén
Mơ có con
Với một nhà thơ

19.

Hắn muốn kết hôn với một giấc mộng
Giấc mộng bị ám sát
Hắn ở goá

20.

Giữa thiên đàng và địa ngục
Tôi chọn cái ở giữa:
Trần gian

21.

Các giáo chủ yêu loài người đến độ
Họ sẵn sàng
Nói dối

22.

Người phụ nữ có duyên nhờ tiếng cười
Nhưng sâu sắc
Nhờ nước mắt

23.

Nhà thơ là những kẻ thích
Gây sự với
Hư không

24.

Không phải ai cũng hiểu được
Nỗi cô đơn của
Những dòng sông goá chồng

25.

Sáng sớm, hồ nước ở trần
Phơi ngực cho đám sương mù
Ấp ủ

26.

Nhiều bài thơ chết yểu
Vì các chữ
Quyên sinh

27.

Mỗi ngày biển viết hàng ngàn bài thơ
Rồi
Tự xoá hết

28.

Mùa xuân, nhà thơ giật mình
Nghe tiếng cành cây
Nảy lộc

29.

Mùa thu, nghe thơ nhạc nhắc
Lá buông cành
Rơi

30.

Em đi rồi
Mùi hương
Treo cổ anh

31.

Hắn ngơ ngác đi tìm một bài thơ thất tán
Nó trốn đâu đó
Dưới ánh trăng

32.

Những bài thơ viết về tình yêu
Là của khói sương
Hắn chỉ chấp bút

33.

Thiếu em, những bài thơ anh viết
Bị truy thai
Xanh mét

34.

Những đoá hoa hắn yêu thích nhất
Đều lần lượt
Tự tử

35.

Hắn đọc phúc âm nàng
Chữ nào cũng có lửa
Đốt cháy cả màng trinh

36.

Loài người rợn ngợp trước cái Vô Hình
Cần chỗ vịn
Dù chỉ một cây nhang

37.

Ánh trăng chứng kiến mọi cuộc ngoại tình
Nó chỉ kể với
Những giọt sương khuya

38.

Họ hôn nhau, khoảng cách giữa hai cái lưỡi
Bằng chiều ngang
Một tiếng thở dài

39.

Đừng hy vọng: Không có tiếng gào nào
Vang tới được trời xanh
Kể cả Holocaust

40.

Trước sự quyến rũ của những trái táo
Bao giờ hắn cũng đầu hàng
Như tổ phụ ngày xưa

41.

Những chiếc lá nho trên tay Eva
Làm một nửa nhân loại
Trần trọc

42.

Nằm trên bãi cỏ
Dưới tàn cây
Nàng thất thân với những sợi nắng chiều

43.

Con đường chánh đạo dẫn đến hạnh phúc
Nằm ở giữa
Hai đùi

44.

Một cánh chim bay đi
Để lại tiếng hót
Làm vàng hoàng hôn

45.

Ngọn gió mang theo mùi thuốc lá
Lọt qua cửa sổ
Phá trinh nàng

46.

Các thi sĩ được rửa tội
Bằng
Thơ

47.

Cuộc sống quá ngắn ngủi
Để làm được
Một câu thơ thật hay

48.

Một bài thơ hay là một
Sợi lông nách
Của Chúa

49.

Ánh trăng dịu dàng và thơ mộng đến nỗi
Làm bao nhiêu goá phụ
Mang thai

50.

Bài thơ biết bí mật của tình yêu
Nhưng nó lại không biết được bí mật của chữ
Chữ trả thù: Bài thơ chết non

51.

Viết văn ở hải ngoại là cuộc hành lạc đau đớn của những
Gã đàn ông
Bất lực

52.

Phần lớn những nhà thơ kém may mắn
Chỉ mân mê những chữ
Bị thiến

53.

Nhìn những vì sao xa xăm
Hắn nghe tiếng thở dài của một
Trinh nữ già

54.

Bài thơ không có gì ngoài chữ
Chữ giao cấu với chữ
Đẻ ra nhà thơ

55.

Bài thơ lội trong mơ
Tất cả những gì ở ngoài giấc mơ đều
Hư ảo

56.

Ở đó, người ta không bao giờ thấy mặt trăng
Cả bầu trời bị
Đánh cắp

57.

Nụ hôn chưa dứt, nàng đã ra đi
Hắn đứng nút lưỡi giữa hư không
Cái lưỡi lạnh ngắt

58.

Loài người bị thời gian rượt đuổi
Bằng một chiếc đồng hồ
Không có kim

59.

Chúng ta có quá nhiều chữ
Chữ bị lạm dụng
Kể cả để giết người

60.

Từng ngày từng ngày từng ngày
Cái bóng dưới chân hắn mòn đi và
Mất hết gai góc

61.

Bầu trời lúc nào cũng sổ mũi
Nắng bị cúm
Tháng giêng bế kinh

62.

Ánh trăng tàn nhẫn rọi sáng
Cả những sự phản bội
Trong lòng các cặp tình nhân

63.

Trong thơ, hắn thích đi nhất
Trên những con đường
Ngược chiều

64.

Một con cá chờ chết trong dòng suối cạn
Nằm mơ về
Đại dương

65.

Chúa không làm thơ, Phật cũng không
Chỉ khi đối diện với cái chết
Thơ mới lên tiếng

66.

Sương mù. Bầu trời sụp xuống
Suýt đụng
Ngọn cây cổ thụ

67.

Sáng, tự dưng thấy hiu hắt
Mùi cà phê
Làm bài thơ thở dài

68.

Không có hoa, hắn nâng niu những chiếc lá
Tâm hồn nào cũng cần nhiều
Màu xanh

69.

Tất cả các chữ đều là nạ dòng
Nhà thơ mang lại
Trinh tiết

70.

Thơ làm mới ngôn ngữ
Ngôn ngữ làm mới cái nhìn
Cái nhìn làm mới con người

71.

Nàng thích những bài thơ có vần
Trong những ngày
Rụng trứng

72.

Mọi phụ nữ đều cười giống nhau
Họ chỉ khác ở
Tiếng khóc

73.

Ánh trăng đâm thẳng vào trái tim của hắn
Hắn mất tân
Và bài thơ tình ra đời

74.

Em đi, gió cũng nhớ
Nó thổi khắp nơi
Mùi hương trong nách em

75.

Quên đi những trận dông bão
Tình yêu chỉ là cơn mưa phùn
Đủ để quần lót em ướt

76.

Sáng, một tia nắng cong
Ôm hôn
Những hạt bụi

77.

Những ngọn sóng hung hãn đập nát
Bóng trăng
Máu phun tung toé

78.

Hắn bị sập bẫy
Một đoá
Hoa hồng

79.

Hắn đào bới thịt da nàng
Cố tìm
Những nụ hôn mất tích

80.

Chỉ những kẻ ngoại tình mới hiểu
Những nỗi niềm giấu kín
Trong trái tim của biển

81.

Hắn lục tìm trên trang giấy
Thấy nàng thấp thoáng
Ở cuối dòng thơ

82.

Tất cả mọi người đều là những tù nhân
Thơ là sự cứu rỗi
Cuối cùng

83.

Máy chém là một di sản cần gìn giữ
Để mọi người biết quý
Cái đầu của mình

84.

Đang đi, nàng gục xuống: Nỗi buồn quá nặng
Tiếng khóc thẳng đứng
Chặn ngang những cơn gió

85.

Trong bụng mỗi bài thơ là một bào thai
Trong mỗi bào thai là
Một giấc mộng

86.

Ánh trăng bao giờ cũng có vẻ lả lơi
Khiến những người cô đơn
Không thể thiền định được

87.

Em đánh tráo giấc mơ của anh
Bằng một giọt
Nước mắt

88.

Mùa xuân là lễ hội của hoa
Mùa thu là lễ hội của lá
Lúc lá cưới nhau lần cuối

89.

Mọi nụ hôn
Đều không cần
Lời bạt

90.

Lá đóng những con dấu
Trên giấy khai sinh
Của gió

91.

Về Việt Nam, hắn là người ngoại cuộc
Những tia nắng nhìn hắn
Hằn học

92.

Con người gào to. Như tiếng chó tru
Tất cả im lìm
Chúa và Phật đều đã chết

93.

Hắn thấy sự run rẩy của từng thanh bằng thanh trắc
Sự ngập ngừng của từng con chữ
Hắn thấy. Bởi hắn là nhà thơ

94.

Nàng gục mặt vào bụng gió và khóc
Những giọt nước mắt lẩy bẩy
Tìm vần

95.

Khi con người bắt đầu ngắm cái bóng của mình
Lịch sử bắt đầu
Náo loạn

96.

Nhắm mắt trước những nỗi thống khổ của nhân loại
Bịt tai trước những tiếng kinh cầu
Thượng Đế cũng nói láo

97.

Đứng trên cầu hắn thấy xác hắn
Trôi bập bềnh dưới sông
Sông mọc đầy mây

98.

Thơ là lời thì thầm của trái tim
Thơ là trò chơi của chữ
Thơ là ngón tay đeo nhẫn của Chúa

99.

Tôi ái ngại cho những kẻ sáng sáng thức dậy
Nhặt các giấc mơ và
Bỏ vào miệng

100.

Tôi dắt con cá đi bộ
Nó đòi bay
Mà trời thì đầy nước

101.

Về Việt Nam, thích nhất là những tiếng cười
Nhưng sợ nhất là những cái nhìn
Từ những cặp mắt không có con ngươi

102.

Nhân danh thơ, nàng ở truồng
Những sợi lông bay phấp phới
Như những lá cờ

103.

Nàng giạng hai chân
Một con bướm bay ra và cất tiếng hót
Chỉ mình hắn nghe

104.

Đến với hắn, nàng giấu
Nụ cười
Trong tử cung

105.

Úp mặt vào giữa hai đùi nàng
Nghe gió lùa từ trong
Cõi thiên đường gọi

106.

Tôi đi khắp thế giới
Đều thấy
Những dòng sông chảy ngược về nguồn

107.

Trời sinh ra
Ai cũng có quyền
Mơ mộng

108.

Khuya, ngoài vườn, nàng hổn hển
Làm tình với
Ánh trăng

109.

Thơ trở thành nguồn cứu rỗi duy nhất
Sau khi Thượng Đế bị
Truất phế

110.

Cắn vào đôi môi đầy chất độc của nàng
Hắn biến mất
Như một bài thơ dở

111.

Nên từ giã cõi đời như nắng
Đẹp nhất là lúc
Hấp hối

112.

Thấy những người đồng tính hôn nhau ngoài đường
Eva mắc nghẹn
Ăn không hết trái táo

113.

Khi một nhà thơ lớn qua đời
Các cuốn từ điển trở thành
Mồ côi

114.

Di sản của các nhà thơ là
Những nỗi buồn
Đìu hiu

115.

Em đi, chiều rưng rưng
Buồn dựng sóng
Trời không nỡ xanh

116.

Khi cái hĩm lên tiếng
Mọi cơn gió đều im bặt
Dòng sông quay đầu lại nhìn

117.

Tôi đặc biệt thích những đoá hoa
Nở
Trái mùa

118.

Đời sống sau cái chết là tác phẩm hư cấu
Vĩ đại nhất
Của nhân loại

119.

Chết, Nguyễn Du cầm theo Truyện Kiều
Nó quá nặng
Linh hồn ông mang không nổi

120.

Anh ước chuyện tình giữa anh và em
Thơm hoài
Trong biên niên sử của gió

121.

Trong văn học, chiến thắng
Thuộc về
Phe thiểu số

122.

Bài thơ bị xử bắn
Nó sống
Còn nhà thơ thì chết

123.

Thơ là nơi tôi chôn giấu những nỗi
Không thể nói được
Với bất cứ ai

124.

Khi cần tìm chữ cho một bài thơ
Tôi nhìn lên cao
Từ điển là những làn mây

125.

Hắn giang tay định ôm choàng lấy nàng
Bỗng hụt chân
Té nhào ra ngoài giấc mộng

126.

Ngôn ngữ của trăng bao giờ cũng thì thầm
Dành cho những trái tim
Mất ngủ

127.

Nương theo ánh trăng
Các nhà thơ bay lơ lửng
Trên đôi cánh chữ

128.

Chỉ cần một con cá quẫy
Đủ làm tan
Bóng trăng

129.

Con bướm trắng run rẩy trước
Những bông hoa
Ở truồng

130.

Nhân danh tình yêu, người ta
Ám sát
Thơ

131.

Ánh trăng hôn lên mặt hắn
Lưỡi trăng có vị ngọt
Của một người vừa dậy thì

132.

Dòng sông này nuốt dòng sông kia
Rồi mang ra biển
Thuỷ táng

133.

Sự say mê của con người
Làm cho thơ
Nghẹt thở

134.

Cây cổ thụ bên bờ sông
Luôn luôn run rẩy khi nhớ lại
Một người đến treo cổ

135.

Khi loài người bắt đầu làm thơ
Thượng Đế tuyên bố
Thoái vị

136.

Loài người vốn rộng lượng
Dẫu bị Thượng Đế đày đoạ
Vẫn tha thứ

137.

Ngọn núi là vần trắc
Và dòng sông vần bằng
Còn anh bằng trắc em

138.

Ra đi, em nhẫn tâm
Đánh cắp
Cả các giấc mơ của anh

139.

Nhà thơ không làm ra chữ
Chính chữ làm nên
Nhà thơ

140.

Đọc những bài thơ hay, người ta đều thấy
Vết máu loang của
Trinh tiết

141.

Anh nằm chơi vơi trên em
Chính giữa là khoảng trống
Vô tận

142.

Cuối cùng, mọi mối tình đều đi qua
Cái còn lại là
Những giai thoại

143.

Những ngọn gió độ lượng
Nhặt mùi hương đàn bà
Tặng cho người hành khất

144.

Khi em chổng mông lên
Mọi thần linh đều
Biến mất

145.

Có cảm giác thật ngây ngất khi được
Sự im lặng
Hôn vào môi

146.

Những bông tuyết đầu mùa
Đẹp như những
Màng trinh

147.

Mỗi lần nhớ em, anh hỏi gió
Gió sưu tập
Mọi mùi hương của em

148.

Trong cuộc triển lãm nắng
Có một sợi đi lạc
Đậu trên tóc em

149.

Ngọn gió thổi tung mái tóc em
Một sợi rơi
Dính trên nền trời

150.

Đối với các nhà văn
Cuộc đời chỉ là
Một bản nháp

151.

Lần đầu tiên người ta biết tên nhà thơ
Qua bản cáo phó
Đăng trên báo

152.

Trên thiên đường không có đồng hồ
Chúa phải nhìn xuống trần thế
Để biết thời gian

153.

Cành cây trĩu lá xanh
Làm cong
Bầu trời

154.

Ở đâu cũng một tiếng
Mưa rơi
Không quốc tịch

155.

Con người luôn luôn ở ngoài
Bức tranh
Chân dung mình

156.

Tiếng cười em
Còn lại mãi
Trong hồi ký của gió

157.

Mưa rơi lắc rắc
Làm đầy
Ao nước thơ

158.

Hắn nằm trên cỏ
Cỏ quấn lấy hắn
Thành một nấm mộ xanh

159.

Cái mồng đóc
Không có
Trí nhớ

160.

Nụ cười em
Làm dậy hương
Cả cánh đồng hoa hồng

161.

Nàng dẫm lên thơ
Mang thai
Một cơn mộng

162.

Những ngọn cỏ nghiêng mình
Ngả đầu vào
Tấm ngực trần của gió

163.

Thời gian
Bỏ sót
Nụ cười của nàng

164.

Người ta biết yêu quá sớm
Nhưng hiểu tình yêu
Quá muộn

165.

Không phải chỉ trời đất mới vô tận
Thử nhìn vào lòng một phụ nữ:
Nó cũng không cùng

166.

Trong những điều kỳ diệu, ngôn ngữ đứng đầu
Trong ngôn ngữ
Thơ đứng đầu

167.

Một bài thơ như tiếng chó sủa vu vơ dưới trăng
Nó khiến người ta giật mình
Thấy ánh trăng đẹp

168.

Không có ai tự tử cả
Chính sự tuyệt vọng
Giết họ

169.

Họ không hôn nhau: Họ nuốt nhau
Người này lọt vào cơ thể người kia
Và ngược lại

170.

Bài thơ nào cũng lặng lẽ
Như một vết sẹo
Không tuyên ngôn

171.

Gió thù lá: Nó quyết ném những chiếc lá xuống đất
Lá vẫn nhởn nhơ bay
Không sợ chết

172.

Bóng tối không có mắt
Nó chỉ có lỗ tai
Để nghe những tiếng khóc thầm

173.

Hãy nhắm mắt lại khi yêu
Trái tim không cần đúng
Chính tả

174.

Thỉnh thoảng những kẻ ăn thịt người tuyệt thực
Chúng ta có
Hoà bình

175.

Nhà thơ là kẻ phiên dịch bóng tối
Để ánh sáng hiểu được
Trái tim đêm

176.

Lịch sử nào
Cũng đầy
Tái bút

177.

Trên Biển Đông, một con cá bị xử tử
Vì bơi lạc
Vào hải phận một nước khác

178.

Họ chồng lên người nhau
Màn đêm bị những tiếng rên
Xé rách

179.

Thương nhất là những bó hoa trên các nấm mộ
Bao giờ chúng cũng
Già trước tuổi

180.

Tôi thích những bài thơ ở trần
Để người đọc thấy được
Gân guốc

181.

Làm thơ là đánh vật với chữ
Khi chữ thắng
Tác giả cũng thắng

182.

Tiếng sơn ca từ ngày thơ ấu
Đuổi theo hắn
Như bài thơ giấc ngủ

183.

Nàng dán nụ cười trên môi
Để khoe
Một giấc mộng đẹp

184.

Mùa xuân đi qua, nàng đánh mất
Mật khẩu
Trái tim mình

185.

Hoa biết thần chú mở cánh cửa thơ
Nhưng chúng giữ
Bí mật

186.

Tình yêu là phế tích
Của
Vườn địa đàng

187.

Thơ chỉ là cô điếm già
Đứng ngắm trăng
Trong lúc chờ khách

188.

Không cần phiên dịch
Hắn cũng hiểu
Những tâm sự của gió

189.

Lắng nghe. Lắng nghe. Lắng nghe
Chỉ cần im lặng lắng nghe
Mọi tiếng động đều thành âm nhạc

190.

Lần đầu tiên hôn nàng
Hắn nhận ra được mùi hương quen thuộc
Từ tiền kiếp

191.

Trên thiên đường đầy những người
Ngồi luyến tiếc
Quá khứ

192.

Tự do của con người là
Những điểm mù của
Thượng Đế

193.

Nửa cái bóng nàng ngả trên
Những đóa hoa
Mãn kinh

194.

Mỗi đời người là một phác thảo của Thượng Đế
Tiếc
Phần lớn đều vụng về

195.

Hắn làm thơ từ thời Âu Cơ mới dậy thì
Suốt mấy ngàn năm
Vẫn

196.

Khi hát, người ta cần nhiều người nghe
Còn thơ?
Chỉ cần một người

197.

Mỗi tác giả là một người mẹ
Bài thơ
Không có cha

198.

Có những chữ lởm chởm gai sắc
Làm buốt
Thanh quản những bài thơ tình

199.

Có những đêm tôi không ngủ
Chữ cũng không ngủ
Cả hai tuyệt vọng nhìn thơ ngủ

200.

Cưới vợ, hắn được tặng
Mười giấc mơ
Miễn phí

201.

Trong nền thơ cách mạng
Hoa nở
Từ những đống xà bần

202.

Đôi mắt có khi không quan trọng
Rất nhiều người chỉ thích
Làm tình trong bóng tối

203.

Những ngọn sóng chồm lên chồm lên
Nuốt chửng
Ánh trăng rằm

204.

Làm thơ, hắn tìm cách phiên dịch
Những bài kinh nhật tụng
Của gió

205.

Bài thơ nào cũng đến bất ngờ
Khi tia nắng chạm vào ngay giữa
Trái tim hoa

206.

Tâm hồn tôi lúc nào cũng để ngỏ
Cho ánh trăng tràn vào
Nuôi những giấc mơ

207.

Về Việt Nam hắn không biết hắn là ai
Một cây dâm bụt nhắc:
Hắn thuộc về nơi này

208.

Hắn mất tích trong các bài thơ của hắn
Mọi tìm kiếm đều
Vô vọng

209.

Mỗi ngọn cỏ ôm một giọt sương
Làm vợ chồng
Cho đến khi giọt sương bị nắng ăn mất

210.

Đi đâu hắn cũng mang Việt Nam theo
Kể cả lúc
Làm tình

211.

Xuân Diệu và Hàn Mặc Tử tả trăng tuyệt hay
Cả hai đều đã mất. Nhưng tôi biết
Họ hoá thành ánh trăng: Bất tử

212.

Một phụ nữ lội bì bõm trên con đường ngập nước
Vừa đi vừa khóc
Nước mắt làm mặn cơn mưa

213.

Mỗi bài thơ là một đám cưới của chữ
Phần lớn đều
Tuyệt tự

214.

Trong khế ước của thơ
Sự thành thực chỉ là điều
Phù phiếm

215.

Cô gái với nụ cười lửng lơ
Làm linh hồn hắn
Đột quỵ

216.

Hễ còn nỗi buồn còn nhớ nhung còn tuyệt vọng
Là còn có thơ
Thơ là tiếng kêu của sự bất toàn

217.

Ở đó, người ta xây dựng nhiều tượng đài thật nguy nga
Rồi đứng xếp hàng
Thủ dâm

218.

Trong văn học, con đường khúc khuỷu nhất
Là con đường nhiều hứa hẹn nhất
Xa lộ là tử lộ

219.

Tôi bị kết án
Phải sống
Cuộc đời mình

220.

Trang giấy trắng nằm ngửa
Tìm chữ
Thụ tinh thơ

221.

Những chiếc lá xanh ngửa mặt
Ký hôn thú
Với nắng

222.

Bức thư tình chưa gửi
Vẫn còn giấu
Trong mắt

223.

Tôi thích những chiếc lá
Cuối cùng
Trên nhành cây khẳng khiu

224.

Ngón tay chỉ mặt trăng
Của thiền sư
Cong queo

225.

Trên bờ biển vắng
Tôi nghe tiếng mặt trời
Lặn

226.

Nàng đi
Ngọn gió theo sau
Cuốn theo bao nhiêu là lá vàng

227.

Con bướm trắng
Cõng Trang Tử trên lưng
Bay suốt mấy nghìn năm không nghỉ

228.

Cám ơn tàn lá rậm
Che làn sáng
Để chúng mình hôn nhau

229.

Làn mây ngừng bay
Khi thấy bóng mình
Đứng yên dưới nước

230.

Con chim bói cá
Lao đầu xuống nước
Đụng phải bóng mình

231.

Thơ là những nụ hôn
Kín đáo
Xuyên địa lý

232.

Một con bướm ngủ quên
Trên bụng hoa
Giấc mơ đầy thiền vị

233.

Để bày tỏ tình yêu
Hắn làm thơ
Còn nàng thì mất trinh

234.

Con kiến
Chết khô
Trên bàn tay Đức Phật

235.

Làm tình xong
Nàng ra đi
Để lại mấy sợi tóc

236.

Em đi
Dưới nắng
Đẹp như một bài thơ Đường

237.

Mùa đông, tiếng thở dài của em
Làm rơi
Một chiếc lá đỏ

238.

Đất nước như bàn tay Đức Phật
Những Tề Thiên Đại Thánh ra đi, đi mãi
Vẫn không thoát

239.

Khi bức màn sân khấu hạ xuống
Ranh giới giữa bi kịch và hài kịch
Biến mất

240.

Các tín đồ vào nhà thờ
Hắn đến những cánh đồng hoa
Đó là địa chỉ của Chúa

241.

Vừa viết xong bài thơ
Những con bướm thoát xác
Cuối vườn bay nhởn nhơ

242.

Hắn ngắt một đoá hoa
Làm cành cây
Goá bụa

243.

Viết xong bài thơ xuống trang giấy
Hắn bỗng ân hận
Trang giấy vừa tái giá

244.

Nhà sư đi khất thực
Xin nhầm một làn hương
Về, mất ngủ

245.

Đời một người thật ngắn ngủi
Mỗi sáng
Hoa vẫn nở

246.

Hắn thèm viết một bài thơ tình chân thực
Không được. Không được
Chữ bẽn lẽn từ chối

247.

Đưa tay hứng tia nắng
Tia nắng thành bài thơ
Bài thơ bay vu vơ

248.

Ta như con cọp độc
Trong rừng già U Minh
Lúc nào cũng một mình

249.

Hắn cố vẽ một bức tranh màu trắng
Bằng cách không vẽ gì cả
Bài thơ tự nhiên thành

250.

Nắng: miễn phí; trăng: miễn phí. Tất cả đều miễn phí
Trời đất tặng
Không tính nhuận bút

251.

Con quạ đen
Mổ nắng
Giữa chiều quạnh hiu

252.

Con bướm trắng mất trinh
Bay lảo đảo
Trong vườn hoa đa tình

253.

Những giọt mưa lất phất
Rửa tội những nỗi buồn
Trên tóc người con gái

254.

Những chiếc lá úa vàng không nỡ
Lìa cành
Khi mùa thu chưa hết

255.

Gõ xuống bàn phím chữ
Nhà thơ quên mất mình
Chữ ùa bay lung linh

256.

Hắn vượt biên đã tới bến
Vẫn suốt đời
Lênh đênh

257.

Đức Chúa Trời tạo nên thế giới
Nhưng chính con rắn
Mới làm ra lịch sử

258.

Những chiếc lá màu đỏ
Trên cành
Đẹp như màu tiết trinh

259.

Chữ không bao giờ biết cúi đầu
Nhưng người cầm bút thì
Có thể

260.

Tôi yêu những chiếc lá
Đẹp đến giờ phút cuối
Khi lìa cành bay nghiêng

261.

Tất cả các nhà thơ đều nhẹ dạ
Trước sự cám dỗ của
Những nỗi vu vơ

262.

Các nhà chính trị như Mã Giám Sinh
Biến mọi chữ đẹp
Thành đĩ

263.

Nửa đêm hắn đứng nhìn ra vườn
Ánh trăng chết cóng
Giữa trời mù sương

264.

Không ai ngăn được thời gian
Nhưng thơ có thể vĩnh cửu hoá
Một khoảnh khắc

265.

Nhà thơ
Khóc bằng mắt người khác
Nước mắt thụ thai

266.

Bài thơ
Xuất tinh
Bao nhiêu người rụng trứng

267.

Trong dạ con mỗi người đàn bà
Xanh mướt
Một nhà thơ

268.

Khi nhà thơ ra đời
Màng trinh phụ nữ
Được vá lại

269.

Bài thơ thất tiết
Đẻ ra
Tác giả của nó

270.

Buổi sáng hắn đứng ngắm biển
Thấy mình là sóng xô
Vỗ hoài vào hư vô

271.

Lật tung các trang thơ
Hắn tìm đọc gia phả
Những hạt bụi

272.

Thành phố đầy tượng đài
Đến không còn
Lối đi

273.

Nằm, trong khuya khoắt, hắn nghe
Tiếng nỗi nhớ
Trở mình

274.

Trước khi hắn viết, trang giấy đã đầy chữ
Những câu thơ
Không có địa chỉ

275.

Nhà thơ vô ngôn trước tượng Phật
Chỉ nghe vang lời thuyết pháp
Của im lặng

276.

Rơi tung toé trên tượng Đức Mẹ
Những hạt mưa
Vô nhiễm

277.

Chớp mắt em đã mất hút
Sẩy thai
Một cuộc tình

278.

Tôi lục tìm ký ức
Những gì quên hết rồi
Phục sinh thành thơ tôi

279.

Bất hạnh lớn nhất của các văn nghệ sĩ
Là chết sau
Các tác phẩm của họ

280.

Tiếng dế khóc
Ăn khuyết dần
Bóng đêm

281.

Lạc Long Quân dưới biển
Nghe Âu Cơ trở mình
Trên đỉnh núi

282.

Tôi sẽ viết một bài thơ ba dòng
Đây là dòng thứ hai
Và dòng thứ ba: Kết thúc

283.

Thơ không cần nước mắt
Thơ chỉ cần
Tinh trùng

284.

Tôi chạy trốn mãi
Không ra khỏi
Cõi mình

285.

Nhà thơ
Soi gương
Chỉ thấy người lạ

286.

Làm thơ
Tôi tự hoá kiếp tôi
Thành chữ

287.

Những ngọn sóng mù chữ
Thì thào với những con ốc
Về triết lý biển dâu

288.

Thao thức, hắn quờ tay ôm nàng
Chỉ là cái bóng
Bóng lặn vào chiêm bao

289.

Giữa thơ và phản thơ
Cánh cửa mở
Con đường chênh vênh cho những người làm xiếc

290.

Tiếng cười em rực ấm
Thổi tắt
Nỗi mùa đông

291.

Tôi yêu những chiếc gai trên cành hồng
Như yêu chất độc
Trên môi một đoá hoa

292.

Từ trái tim đến trái tim
Con đường đèo ngoằn ngoèo
Có rất nhiều tai nạn

293.

Nụ cười kéo dài
Qua mấy mùa xuân chín
Anh trăng mật em

294.

Trái đất bỗng nhẹ hẫng
Khi đánh mất
Một hơi thở

295.

Sau mỗi chữ là những bài thơ
Thơ là ký ức
Của chữ

296.

Đừng hiểu lầm: Thiên nhiên hoàn toàn lãnh cảm
Nó không có
Trái tim

297.

Không gì hiểu gió bằng những
Cánh buồm
Giữa biển khơi

298.

Mặt trời lau khô mọi dòng nước mắt
Trừ nước mắt
Của vầng trăng

299.

Một cách dịu dàng và thành kính
Hắn đọc
Những bài thơ phá thể của im lặng

300.

Một con ruồi bị đập chết trong bãi rác
Linh hồn nó bay chung chiêng
Luyến tiếc cái thiên đường mới mất

301.

Em đi, hương theo sau
Anh theo làn hương ấy
Mê mải vợ chồng nhau

302.

Tuổi già ngại cả hôn
Hương thoảng qua: mặc kệ
Lặng yên khép cửa hồn

303.

Trong các di chỉ khảo cổ ở nước hắn
Người ta tìm thấy
Đầy những âm hộ hạn hán

304.

Mấy ngàn năm, Âu Cơ thiếu sữa
Cả dân tộc được nuôi dưỡng
Bằng đôi vú Triệu Ẩu

305.

Ngước mắt nhìn mênh mông
Rồi cúi nhìn bóng mình
Anh thơ thẩn em

306.

Dưới những chế độ độc tài
Chữ bị tra tấn đến tàn phế
Phải đi bằng nạng

307.

Tấm gương vu khống hắn
Tội nói dối
Trong những bài thơ tình

308.

Em đến. Ngôn ngữ quỳ gối
Chỉ sự im lặng lên tiếng
Dưới từng bước chân

309.

Sóng là chữ ký của biển
Trên tờ kinh
Quạnh hiu

310.

Mỗi chữ một viên đạn
Bắn thủng trái tim của
Sự tịch mịch

311.

Em ngủ, khuôn mặt bình yên
Hơi thở nhẹ như tiếng vỗ cánh
Của một giấc mơ

312.

Hắn lúng túng khi khám phá
Trái tim hắn đập lạc nhịp
Với những bài đồng ca

313.

Adam trườn lên thân thể Eva
Và phát hiện
Hạnh phúc trần thế thật ngắn ngủi

314.

Trong thế giới ồn ã, hắn thấy mình
Mong manh như chiếc lá
Ứng vàng dưới nắng thu

315.

Thế giới ngày nay bị chữ đô hộ
Nhìn đâu cũng thấy chữ: Những chữ những chữ
Chữ nhiều như người Tàu

316.

Mùa đông, bầu trời chật đến độ
Không đủ chỗ để
Lá bay

317.

Khi nhà thơ cầm bút
Các chữ xúm lại
Hương khói hắn

318.

Vườn nhà hắn đầy hoa hồng
Đoá nào cũng đẹp
Cả những giờ lâm chung

319.

Những nhánh cây gầy guộc
Cào lên cao
Làm xước cả da trời

320.

Thơ không cần son phấn
Không cần gia vị
Và không cần cả thơ

321.

Em nhật thực
Để tôi chỉ thấy em
Một nửa

322.

Trời lăn tăn nắng
Lòng lăn tăn em
Tôi mùa thu mình

323.

Trái tim thương những sợi tóc bạc
Gặp tình yêu muộn
Chỉ thở dài hắt hiu

324.

Thơ
Bí tích hôn phối
Giữa các chữ

325.

Em làm các con chữ phát sốt
Trên trang giấy nhàu nát dục tính
Bài thơ rất đực

326.

Là nhà thơ, hắn bị ám chữ
Lúc nào hắn cũng nghe chữ réo gọi
Từ quả thận của hắn

327.

Dưới đáy hồn anh là em
Chung quanh em
Là trầm tích của kỷ niệm

328.

Chưa từng gặp mặt
Anh đã nghe được mùi hương của em
Toát ra từ buồng trứng

329.

Cả đời mơ giấc nắng
Lại mưa phùn hồn mình
Bằng thơ

330.

Những chiếc lá phong Nhật rơi trên những bài lục bát
Ngân lên những tiếng xôn xao
Không ẩn dụ

331.

Thơ: Những chữ bị đánh cắp
Bởi một giấc mơ
Thủng đáy

332.

Thơ là tiếng thì thầm
Của những giọt sương mai
Chưa mất trinh

333.

Hoa thật quý hơn hoa giả ở sự phù du
Hãy cám ơn cái chết
Chính nó làm cuộc đời có ý nghĩa

334.

Già thành người ngoại cuộc
Ngỡ ngàng
Với mọi tiếng cười

335.

Di nguyện của người già
Đựng vừa đủ
Một hũ tro

336.

Thượng Đế thích chơi trốn kiếm
Tôi quyết định
Bỏ cuộc

337.

Bài thơ bị sóng cuốn trôi
Đầu thai trên giấy
Vẫn mang vần và nhịp của biển

338.

Tiếng gió thổi
Làm rách
Những vạt nắng chiều

339.

Từ các xác chết thời chiến tranh
Mọc lên cây cối
Nở đầy hoa. Khắp nơi

340.

Chữ ăn nằm với chữ đẻ ra thơ
Dưới sự chứng giám của
Những đứa trẻ chưa chào đời

341.

Khi không làm tình được
Tôi
Làm thơ

342.

Khi một nghệ sĩ ra đi
Khoảng trống được lấp đầy bằng
Tác phẩm

343.

Mỗi lần muốn nhìn em cho rõ
Anh đều
Nhắm mắt lại

344.

Cả trời đất buồn
Dự đám tang
Những tia nắng chết

345.

Các nhà thơ là những người cuối cùng còn lại
Từ bộ lạc ăn thịt người
Thời nguyên thuỷ

346.

Mỗi cuộc đời một bí ẩn
Gió lật từng trang. Từng trang
Toàn những chữ lạ

347.

Thơ là những đoá hoa
Trễ kinh
Đứng khóc

348.

Anh gục mặt vào thơ
Để thấy
Thơ có vị ấm của đôi vú

349.

Anh hôn em
Cái lưỡi
Rơi mất vào khoảng trống

350.

Những chiếc lá vàng như những bông hoa
Đổi màu từng ngày từng ngày:
Chúng trang điểm thật đẹp để chết

351.

Đi, nhà thơ được dẫn đường
Bằng ánh sáng
Các con đom đóm

352.

Thơ bay xuyên đại dương
Bằng cánh
Một con chuồn chuồn

353.

Được hoà âm bởi tiếng thạch sùng
Mỗi bài thơ là
Một lời nói mớ

354.

Anh như con chuột túi
Bụng đầy hoài niệm
Nhảy vào hư vô

355.

Ngôn ngữ gồm nói và im lặng
Ngay cả sự im lặng cũng có
Ngữ pháp

356.

Mùa thu, bầu trời nặng xuống
Nỗi nhớ thì bay lên
Chơi vơi

357.

Tài sản lớn nhất của nhà thơ là ngôn ngữ
Toàn bộ tâm hồn hắn ở đó
Ở những chữ biết múa và hát

358.

Nguyễn Trãi cầm cái đầu bị chém
Đọc thơ sang sảng
Suốt cả sáu thế kỷ

359.

Đừng khóc Cao Bá Quát
Hãy thương cho mình
Những thế hệ bị cụt đầu

360.

Mỗi bài thơ là một thương tích
Từ vết cắn
Của chữ

361.

Mở tập thơ: Chỉ thấy chữ
Gấp tập thơ: Chữ biến mất
Còn thơ

362.

Em quay lưng đi thẳng
Để lại một giấc mơ
Mồ côi

363.

Tôi điêu khắc tôi
Khoả thân
Với chữ

364.

Mưa rơi tiếng mẹ đẻ
Quen thuộc
Mà vẫn ngỡ ngàng

365.

Chọn lựa thơ mộng
Cuối cùng
Nấm mồ hay hũ tro

366.

Không có bản án nào cả
Tôi vẫn ở trại tạm giam người
Chờ đến ngày mây tiễn đi

367.

Không ai giải mã giùm tôi
Tiếng chim kêu
Mỗi sáng

368.

Xuân đến, hoa lá đồng khởi
Những cuộc cách mạng màu
Làm câu thơ lơ lửng

369.

Ngày 30 tháng Tư
Tôi nghe
Tiếng nước mắt rơi leng keng ngoài đường

370.

Tôi không phản đối án tử hình
Của gió
Dành cho những chiếc lá úa

371.

Con bồ câu đứng ngó
Ánh nắng chiều
Nằm nghiêng

372.

Ngoái đầu nhìn lại
Xa lắc quê hương
Dấu chân vô thường

373.

Không gì phũ phàng bằng thơ
Vừa ra đời, nó đã tuyên bố:
Tác giả đã chết

374.

Em, như những cành xương rồng
Thủ tiết bằng
Gai góc

375.

Người hành khất ngồi bên vệ đường
Ngửa mũ xin
Những giọt nắng

376.

Sáng nay chỉ có mình tôi
Đưa tiễn
Những chiếc lá rơi

377.

May mắn lớn nhất của con người
Là họ thường mất tinh táo
Khi yêu

378.

Nước mắt nhà thơ
Là một
Tác phẩm nghệ thuật

379.

Tình yêu là một bản nhạc
Mỗi người sáng tạo một
Ca từ

380.

Anh hôn em. Cái lưỡi
Đầy mùi chữ
Nụ hôn là một diễn ngôn

381.

Kệ trời mưa
Đóng cửa
Mình lục bát với nhau

382.

Hoa ngọc lan trước cửa nhà em
Gần nửa thế kỷ sau
Còn thơm. Trong ký ức của gió

383.

Tôi yêu những loài hoa có hương
Những loài chim biết hót
Và những phụ nữ biết im lặng

384.

Gió thóc mách kể những bí ẩn của nhân loại
Nhưng không ai hiểu, trừ
Các nhà thơ

385.

Cái lò gạch bỏ hoang ở làng Vũ Đại
Lúc nào cũng đầy tiếng khóc
Trẻ sơ sinh

386.

Mặc cho sóng gào thét đến bạc cả đầu
Các ghềnh đá vẫn
Sừng sững và lặng im: Đẹp

387.

Ngôn ngữ của người lưu vong
Lúc nào cũng ở thì
Quá khứ

388.

Những con rồng ở Việt Nam
Ăn đồ cúng đến phát phì
Không bay được nữa

389.

Đến Việt Nam ai cũng rón rén
Như làm tình trên một chiếc
Giường tre

390.

Tôi khai quật
Các giấc chiêm bao để
Tìm lại tôi

391.

Biển đa ngôn nhưng đầy bí mật
Chỉ có gió mới hiểu được
Lòng biển

392.

Cúi xuống. Cúi xuống. Cúi xuống
Để thấy những cây hoa dại
Bên đường

393.

Cần ngước mặt lên khi khóc
Nhưng cúi đầu trước những
Giọt nước mắt

394.

Bước chân lữ thứ
Bao giờ cũng nặng nề
Vừa đi vừa ngoái lại

395.

Trong nghĩa trang cả ngàn ngôi mộ
Chỉ nghe tiếng ho của hiu quạnh
Thật khẽ khàng

396.

Hắn nằm sấp hẩy xuống
Dương vật xuyên thủng Cửa Không
Mất tăm

397.

Chiều, đứng trước biển
Bóng đổ dài trên cát
Bị sóng đập tan

398.

Tôi trốc nã tôi
Đến tận gần cuối đời
Chỉ thấy được dấu chân

399.

Mỗi lần đọc thơ là một lần
Động phòng
Bài thơ vẫn tiết trinh

400.

Có những bài thơ có cánh đại bàng
Cũng có những bài thơ có cánh ong
Vo ve từ thế kỷ này đến thế kỷ khác

401.

Biển không có sóng
Tôi mơ màng tôi lửng lơ
Cùng bầy hải âu lặng lẽ

402.

Với tiếng Việt
Tôi tự đào mồ
Chôn cất tôi

403.

Mùa thu dạy cho loài người về
Vẻ đẹp của sự
Phôi pha

404.

Tiếng khóc và tiếng cười
Làm rộn ràng trái đất
Một thoắt rồi lặng im

405.

Gió mạnh làm tốc váy cô gái đi đường
Chỉ có lá vàng dưới đất
Xao động

406.

Cặp vợ chồng già đi bộ
Ngọn gió len lén chen vào giữa
Thầm thì

407.

Thơ khuếch tán
Tiếng thở dài của những
Hạt sương đêm

408.

Trong thơ không có giấy khai tử
Mọi cái chết đều
Lặng lẽ

409.

Chỉ có cây cối mới hiểu được
Những nỗi lòng
Của gió

410.

Sau những bài thơ hay
Có dự báo thời tiết
Một thời đại

411.

Thơ là lời tỏ tình của
Ngọn cỏ
Với một ánh sao xa

412.

Vầng trăng nào cũng giấu
Trong trái tim
Vài câu thơ của Du

413.

Trên hộ chiếu hắn có sợi thòng lọng
Thắt cổ
Mọi giấc mơ hồi hương

414.

Làm thơ như đột kích
Mỗi chữ một phát súng
Bất ngờ

415.

Người thiếu phụ cởi chiếc áo mình đang mặc
Khoác lên tượng Phật
Tượng đầy mùi đàn bà

416.

Hắn tự trầm
May, một con cá bống đến cứu hắn kịp
Hắn trở thành nhà thơ

417.

Thơ hắn trào ra. Tung toé
Chỉ tiếc không có đoá hoa nào
Thụ thai

418.

Mùi hương nàng đánh rơi
Đã hoá thạch
Trong bảo tàng của gió

419.

Những tiếng chim hót giữa khuya
Làm giấc mơ
Run rẩy

420.

Không có gì thất thường hơn biển
Kẻ trí ngắm sóng
Lòng đầy bất an

421.

Đêm, có tiếng gõ cửa
Tôi mở
Chỉ thấy một vầng trăng ăn sương

422.

Các đoá hoa dại đều bỏ phiếu
Cho cái đẹp
Của sự nhỏ nhắn

423.

Gió và mây thường âm thầm
Rao giảng
Phật pháp

424.

Hắn tự treo mình trên thánh giá
Không có đinh
Chỉ có những bài thơ tình

425.

Hai người chia tay nhau
Giấc mơ bị lủng
Tất cả hạnh phúc đều lọt ra ngoài

426.

Nhà thơ lắng nghe và phiên dịch
Các cuộc chuyện trò giữa
Cỏ và sương

427.

Các giáo chủ đều là những
Nhà thơ
Huyền bí và vĩ đại

428.

Anh nhìn dấu chân em
Dấu chân nào cũng có cánh
Bay rợp ký ức

429.

Mùi hương của em quyến rũ
Giống mùi trái táo
Adam từng cắn

430.

Hắn rượt theo và chụp vào vai nàng
Nàng quay lại:
Đó là khuôn mặt của hắn

431.

Khi tình yêu bị thương
Vết sẹo có hình dạng một
Nụ hôn

432.

Nụ hôn anh gắn lên môi em
Rơi xuống đất
Khi em quay mặt đi

433.

Tình yêu không bao giờ cũ
Ngoại lệ:
Trong chữ

434.

Sự thật: Cả mấy ngàn năm nay
Thượng Đế đã quay lưng
Bỏ mặc loài người

435.

Em nạ dòng
Còn nửa buồng trứng
Dành cả cho thơ

436.

Mỗi tình yêu
Một gương mặt
Của gió

437.

Lưu vong, những con cá nước ngọt
Bay lên trời và cùng hát
Quan họ

438.

Em: Một bức tranh trừu tượng
Không ai hiểu gì cả
Chỉ biết đẹp

439.

Cây thông dâm với mưa
Sinh trăm trứng
Nở ra trăm đứa con rạng ngời

440.

Sống gần biển, người ta thường khiêm tốn
Sóng nhắc nhở họ về sự
Nhỏ nhoi

441.

Hắn ăn nằm với vợ hắn
Sinh ra một cây hồng
Lúc nào cũng ngát bông

442.

Không có chỗ dành cho nước mắt và thơ
Trong những trái tim
Hình vuông

443.

Đứa con thứ 100 của Âu Cơ
Không bao giờ lớn:
Đó là một nhà thơ

444.

Nàng ra đi
Con rắn theo sau
Phun nọc độc vào mọi giấc mộng

445.

Không ai tưởng tượng nổi
Nỗi cô đơn của bóng trăng
Khi đêm đêm đứng khóc một mình

446.

Có những kỷ niệm rớt dọc đường
Bỗng nẩy mầm
Thành thơ

447.

Có khi cả một dân tộc khóc
Vẫn không đủ nước mắt
Cho một bài thơ lớn

448.

Đi vào thơ anh, em là chữ
Tất cả đều là chữ
Trừ đôi vú

449.

Con còng cõng nỗi quạnh hiu trên lưng
Đứng nhìn
Những sự sắc không

450.

Giữa một thế giới hỗn mang
Thơ chỉ thầm thĩ
Mọi tu từ học đều bất lực

451.

Hắn cúi ngửi một đoá hoa
Hoa mất trinh
Mùi hương thành nạ dòng

452.

Kỷ niệm, nhờ hào quang của quá khứ
Bao giờ cũng lấp lánh đẹp
Hơn hẳn hiện thực

453.

Trong trận hồng thuỷ của nỗi chán
Chỉ có thơ và nhạc
Mới cứu được loài người

454.

Đêm đêm các nhà thơ vẫn lén lút
Ngoại tình
Với những giọt sương rơi

455.

Đang đi, thiền sư bỗng dừng lại
Nhường đường cho
Một con ốc sên

456.

Biển thu mình nhỏ lại
Khi thấy
Những con dã tràng trên cát

457.

Chúa Giê-su bị đóng đinh
Máu chỉ chảy khi nghe
Tiếng Đức Mẹ khóc

458.

Những con cá cô đơn dưới đại dương
Tìm bạn
Trong những chiếc lưới

459.

Hắn lăn lộn trên thân thể nàng
Để đo đạc diện tích của
Nỗi nhớ

460.

Những tiếng khóc có hình cong của em
Cắn đứt
Vầng trăng trên không

461.

Mất đi, các nhà thơ cổ để lại
Một ánh trăng thật trữ tình
Cho hậu thế

462.

Con đường trầm mặc dưới mưa
Tiếng nước vỡ
Âm vang những bài lục bát của đất

463.

Các nhà thơ hậu hiện đại
Ngày ngày đến Louvre
Nhổ tóc bạc cho Mona Lisa

464.

Eva bỏ quên cặp vú trên cành táo
Mấy ngàn năm sau
Adam mới lấy lại được

465.

Chử Đồng Tử ngây ngất khi nhìn
Tiên Dung tắm
Cả dòng sông trắng đục

466.

Anh phong toả ký ức
Thuở tình còn đang rằm
Em là tất cả anh

467.

Hắn cúi xuống hôn lên má nàng
Nàng biến mất
Nụ hôn bay chơi vơi

468.

Tôi phản đối mọi hình thức kiểm duyệt
Chữ phải được tự do
Kể cả để tự treo cổ

469.

Nàng nằm ngửa
Trên âm hộ nàng là một
Bản tuyên ngôn độc lập

470.

Hắn làm thơ, những con chữ túa ra
Ôm lấy nàng
Nàng thất tiết

471.

Các đám mây ăn hết nửa nỗi nhớ
Bầu trời rưng rưng như tấm gương
Nhà thơ ngước soi mặt

472.

Hắn nằm trên người nàng
Một cơn dông ập đến
Và đầy trời mưa bay

473.

Trong mơ hắn cắn vào môi nàng
Thức dậy, nàng thấy
Mình vừa mất trinh

474.

Bài thơ trút hơi thở cuối cùng
Tất cả tan thành khói
Không có nghĩa trang thơ

475.

Họ hối nhau: Hãy làm tình cho nhanh
Trước khi Chúa
Sống lại

476.

Đêm, nghe gió hú, nhớ em
Nỗi buồn rơi thủng
Bóng tối

477.

Hoả táng xong, tro hắn được rải xuống biển
Hắn trở về quê nội:
Nước

478.

Em đánh rơi tiếng cười
Nắng im sững
Lòng anh đầy gió lay

479.

Anh và em như hai cặp thực và luận
Trong một bài Đường luật
Đối nhau chan chát

480.

Ánh trăng lãng phí nhan sắc
Giữa trời cao
Mọi người đều ngủ say

481.

Sau khi Hai Bà Trưng tự trầm
Dòng sông Hát
Cạn cả nước mắt

482.

Trong biển nước mắt của nhân loại
Giọt nước mắt của em có hình tam giác
Sắc như một mũi tên

483.

Hắn cưới mùa thu
Trong thơ hắn
Chữ cũng ngả màu vàng

484.

Trong di chúc, nhà thơ dặn
Trả hết các bài thơ lại
Cho ánh trăng rằm

485.

Mùi hương từ em toả ra
Lửng lơ
Làm gió tắt thở

486.

Những chiếc lá vàng
Vừa rơi vừa tự ngắm mình
Trong thơ

487.

Em, như con bướm, mỗi lần rung cánh
Là một lần gây thành bão tố
Trong anh

488.

Những niềm riêng của biển
Sóng kể với cát
Rì rào

489.

Nàng ra giữa trời mưa
Để che giấu
Những giọt nước mắt

490.

Chưa kịp hôn, em đã đi khuất
Gió đột nhiên trở mùa sang
Heo may

491.

Đêm, ánh trăng mộng du
Vừa đi vừa nhắm mắt
Ngủ trên trời cao

492.

Già, Âu Cơ sinh ra gần
Một trăm triệu quả trứng
Hầu hết là trứng ung

493.

Người đàn ông đi tìm những đứa cháu nội
Suốt 4000 năm
Chỉ gặp toàn con lai

494.

Từ khi các con bà dựng nước
Không đêm nào bà
Không khóc

495.

Những ngọn sóng tràn bờ
Như chiếc lưỡi Thuỷ Tinh
Liếm vào chân Mỵ Nương

496.

Tôi ghét mây: Chúng vô cảm
Trước mọi
Tiếng khóc

497.

Trên bộ ngực trần của em
Đầy những dấu chân
Của chữ

498.

Tự do chỉ đến với những ai đã
Phá thai
Mọi thần tượng

499.

Ở nước hắn, công an vào tận khách sạn
Đếm từng cái
Condom

500.

Một bài thơ mới ra đời
Bao giờ cũng để lại thương tích
Cho các cuốn từ điển

501.

Từ bụng nàng rớt xuống
Hắn ngộ đạo
Sắc không

502.

Lúc khốn cùng, hắn lấy vợ
Quà cưới chỉ là
Những bài thơ tình u ơ

503.

Một cái liếc mắt
Đủ làm ồn
Nỗi nhớ

504.

Tiếng khóc em xé rách một làn mây
Và làm một ngôi sao
Mù mắt

505.

Hắn chĩa súng vào màng tang. Và bóp cò
Gần nửa thế kỷ sau
Hắn còn nghe tiếng súng nổ

506.

Mở cửa sổ, nàng
Hiến thân cho
Những tia nắng mai

507.

Con sâu hối hả biến thành bướm
Để kịp làm tình với
Những đoá hoa mới nở

508.

Ở đó, mọi con đường đều biến thành pháo đài
Ngay cả chút hương hoa thoang thoảng
Cũng bị kiểm duyệt

509.

Thời gian xô tôi
Suýt ngã
Để chạy về quá khứ

510.

Sau khi ăn trái cấm, Adam mới
Thực sự
Tự do

511.

Nhìn sâu vào âm đạo nàng
Hắn thấy
Điểm G của thơ

512.

Những giọt nước mắt cho tình yêu
Bay cao
Thành những vì sao dẫn đường

513.

Mỗi con sóng ôm một bài thơ
Vỗ vào bờ
Bài thơ chạy lăn tăn

514.

Không triết lý. Không chính trị. Không đạo đức
Em mở cặp đùi nõn
Dưới bóng đèn lung linh

515.

Bóng tối ăn em
Anh chỉ còn thấy
Hai giọt nước mắt

516.

Hoàng hôn, từ tháp chuông nhà thờ
Con bồ câu lao xuống
Hứng một giọt nắng

517.

Thần tượng của tôi là núi
Lúc nào cũng đứng bát ngát
Bất chấp tất cả

518.

Hắn từ sau hẩy tới. Hẩy tới
Phía trước là
Hư vô

519.

Có những nhà thơ bị vỡ nợ
Vì mải đầu tư vào
Ánh trăng

520.

Trong thân thể những người xa xứ
Cái khó thay đổi nhất:
Cái lưỡi

521.

Chỉ những con đường được khai phá
Mới là những con đường thật
Trong nghệ thuật

522.

Khách sạn họ ở nhìn ra công viên
Khi họ làm tình
Công viên nổi bão

523.

Rừng là quê hương của gió
Nơi gió mới thực sự
Là mình

524.

Bài thơ thủ dâm
Trong nghi lễ
Của chữ

525.

Đêm nghe tiếng dế đọc kinh
Ánh trăng buồn ngủ
Gió lay dậy

526.

Em đi mất
Buổi chiều trở thành
Goá phụ

527.

Một đoá hoa tự sát dưới mưa
Linh hồn không siêu thoát
Lảng vảng hoài trong thơ

528.

Hãy đấu tranh cho tự do và dân chủ
Đó là mệnh lệnh từ những bào thai
Trong bụng

529.

Nhà thơ chỉ thích độc thoại
Trước toà giải tội
Của hư vô

530.

Thơ: Lơ lửng giữa nói và không nói
Giữa từ vựng và phi từ vựng
Giữa thơ và phản thơ

531.

Bờ môi lạnh của bóng tối
Áp vào miệng hắn
Một nụ hôn đen

532.

Không dễ gì quên quá khứ
Nó luôn luôn ở
Trước mặt

533.

Tình yêu được hoả táng
Hắn cố giữ lại
Một làn khói

534.

Hắn học được
Từ dòng sông
Sự quên lãng

535.

Bài thơ cởi truồng
Chữ giạng chân
Mà tất cả vẫn ẩn mật

536.

Cái chết không thêm gì cả
Nó chỉ trừ đi
Những lầm lẫn của Thượng Đế

537.

Biển là biển ở cái mênh mông
Nhưng biển chỉ đẹp
Ở đá và những bãi cát

538.

Họ làm tình như tín đồ
Chịu phép bí tích
Hai linh hồn bay khơi vơi

539.

Những ngọn gió vô tình
Làm xước
Những tấm lòng quạnh hiu

540.

Sống, người ta mất quá nhiều
Thì giờ
Để tồn tại

541.

Hoàng hôn là lúc núi đẹp nhất
Mặt trời bị chôn dần chôn dần
Sau lưng

542.

Tôi tin ma quỷ: Đó là một trong những
Phát minh thú vị nhất
Của nhân loại

543.

Thánh Gióng bay lên trời
Các cô gái đi tìm dấu chân khổng lồ
Mấy ngàn năm: Không thấy

544.

Âm hộ nàng như một cái giếng trời
Không có đáy
Bao nhiêu người biệt tích

545.

Mây là sự lừa dối của bầu trời
Để mọi người ngỡ
Nó cũng hữu hạn

546.

Những chiếc lá đỏ
Tự thiêu
Dưới nắng

547.

Những ngọn gió ăn cắp
Mùi thơm
Trên vú em

548.

Mỵ Châu bị cha chém
Ở xa, Trọng Thuỷ thấy
Máu chảy đầy tay mình

549.

Biến hay thù vặt: Bỗng dưng nổi sóng
Sừng sộ với
Trời cao

550.

Chiều, cái bóng dài và nặng
Đắm trong nỗi nhớ
Phi hình thể

551.

Những ngọn gió xua đuổi các đám mây để
Chiếm lĩnh bầu trời
Một mình

552.

Hắn nằm bú vú nàng
Sữa có vị mặn
Của chữ

553.

Tất cả những tên gian hùng
Đều viết lịch sử
Bằng máu người khác

554.

Có những bài thơ
Bị chữ
Thủ tiêu

555.

Trong cuộc đời, ai cũng giống nhau
Trong tình yêu, mỗi người là một
Duy nhất

556.

Coi chừng, nơi dễ sẩy chân
Rơi xuống vực thẳm nhất:
Đỉnh núi

557.

Hoàng hôn, gió thì thào
Hắn đứng một mình
Làm ngã những tia nắng quái

558.

Không có bài thơ nào dám tự vẫn
Chúng chỉ chết vì bị
Quên lãng

559.

Đêm, bóng trăng xoã tóc
Đứng lặng lẽ đợi
Một cuộc hẹn hò với thơ

560.

Khi một nhà văn lớn xuất hiện
Mọi người đều thấy bất an
Ghế ngồi tự dưng chông chênh

561.

Tôi biết ơn trí tưởng tượng của nhân loại
Chính nó làm cuộc đời
Sang trọng hẳn

562.

Các nhà phê bình làm cho mỗi bài thơ
Có một
Quá khứ

563.

Là tác giả, hắn bị đóng khung trong các cuốn sách
Tất cả đều nằm ở trong khung
Bên ngoài lồng lộng gió trời

564.

Cháy những cánh rừng bạt ngàn
Mọi người đều sợ
Chỉ có gió là hoan hô lửa

565.

Bài thơ bị bắt quả tang đang làm tình với
Một cái condom bị
Thủng

566.

Ở đó, chiến tranh kéo dài 20 năm
Bao nhiêu làn khói ngã xuống
Để lại vết nám trong phổi từng người

567.

Sự may mắn hôn hắn một lần
Khi hắn áp môi vào môi cô gái
Cách đây gần nửa thế kỷ

568.

Chiếc thuyền nào cũng cần
Ít nhất
Một cái neo

569.

Để đến với trái tim
Hắn phải trườn qua
Thân thể nàng

570.

Cái độc ác lớn nhất của thần thánh
Là sự
Im lặng

571.

Trong mơ, em khều anh dậy
Anh dậy
Em vẫn còn mơ

572.

Tất cả những đoá hoa chết
Đều chết lặng lẽ
Không có ai điếu

573.

Tất cả các nhà luật học đều đồng ý
Tội tổ tông là một bản án
Phi hiến pháp

574.

Khi đại bàng vỗ cánh
Tất cả đều im lặng
Trừ các con chim sẻ

575.

Những con chim nghẹn ngào
Ngưng tiếng hót
Khi thấy mặt trời tự trầm

576.

Mặt trời lặn xuống biển
Chút ánh sáng loé lên kêu cứu
Mặc kệ, sóng vẫn vỗ rì rào

577.

Không có biển nào vô tội
Ở đâu cũng có người chết đuối
Tôi là chứng nhân

578.

Mỗi bài thơ cõng một tia nắng
Chiếu sáng
Đường đi vào những giấc mộng

579.

Xin cám ơn những chiếc lá vàng
Làm đẹp mùa thu
Dù chính mình sẽ phải chết

580.

Anh hôn em
Đến cạn cả
Giấc mơ

581.

Nhà thơ là chức danh
Được chữ
Tiến cử

582.

Nhà thơ cúi mặt khóc
Giọt nước mắt bị
Treo cổ

583.

Tổ quốc như cái bướu trên lưng hắn
Trong đó đựng linh hồn
Của những người đã chết

584.

Tôi thích đọc những bài thơ của trời đất
Như bài chiều
Có hàng ngàn dị bản: Tất cả đều hay

585.

Hắn đứng trước biển, những con hải âu bay đến
Ăn cắp tất cả các ý mới loé
Bài thơ không bao giờ hoàn tất

586.

Mỗi chiếc lá là một thông điệp
Thượng Đế riêng tặng
Giới thi sĩ

587.

Một bài thơ mất trí nhớ đi lạc
Cưới một chiếc lá rơi
Cả hai cùng chết

588.

Mỗi nhà thơ
Là một
Nghĩa trang

589.

Tội nghiệp những nén nhang
Ngày đêm cố bắt chuyện với thần thánh
Thần thánh lặng im

590.

Tôi thích những đám mây ly hôn với gió
Đứng một mình
Lửng lơ

591.

Nghe những ngọn gió đi hoang tán tỉnh
Mọi dòng sông đều
Thất tiết

592.

Làm thơ là một cách thủ dâm
Tinh khí chữ bắn vào
Hiu quạnh

593.

Từ khi có gương soi
Nụ cười trở thành một
Vũ khí

594.

Có những con cá không bao giờ biết biển khơi
Chúng tưởng ao tù
Là đại dương

595.

Về phương diện mỹ học
Phần lớn các nhà thơ là
Hoạn quan

596.

Đọc thơ Hương, chỉ nhớ
Những cái hĩm
Trệu trạo nhai chữ

597.

Quay lưng lại với tuyệt đối, nhà thơ
Chỉ yêu
Những sự bọt bèo

598.

Nàng mẫn cảm. Nước mắt nàng chảy vào
Buồng trứng
Nở ra thơ

599.

Gió ngọt ngào thổi vào trí nhớ
Sống lại những nụ hôn ấm
Một thời xa lắc

600.

Sóng biển êm ái
Viết lên cát
Bức thư tình của nước

601.

Ôm nàng, hắn cúi xuống
Nửa thế kỷ sau
Môi hắn vẫn chưa đụng tới môi nàng

602.

Con người không thể thoát khỏi ngôn ngữ
Ngay cả sự im lặng
Cũng là một dấu phẩy

603.

Tôi thích những bài thơ viết sau 12 giờ đêm
Mỗi chữ nặng trĩu một nỗi
Trăn trở

604.

Mỗi người sống
Một nấm mộ
Lãng quên

605.

Trái đất là một nhà nguyện bỏ hoang
Chúa và Phật
Đã được di tản

606.

Rạo rực trước cái đẹp
Hắn làm thơ
Ngòi bút là sinh thực khí

607.

Trên thiên đường hắn ai cũng là thi sĩ
Tất cả đều nuối tiếc những sự
Phù du

608.

Mỗi dòng sông là một thánh đường của nước
Nơi cất giấu
Những nỗi buồn bâng quơ

609.

Có những nụ hôn không bao giờ dứt
Dằng dặc cả nửa thế kỷ
Môi vẫn ấm

610.

Đã có quá nhiều người chết
Thiên đường không đủ chỗ
Cho những kẻ mộng mơ

611.

Những đoá hoa cúi mặt
Tránh những nụ hôn sàm sỡ
Của nắng

612.

Tôi đi giữa cuộc đời
Phất phơ như một làn khói
Tan vào thinh không

613.

Đừng tin các nhà tiên tri: Tất cả đều giả
Hãy tin mùi hương trong háng phụ nữ
Nó đầy Phật tính

614.

Hắn nằm mơ thấy mình đi lạc
Trong giấc ngủ
Một đoá hoa hồng

615.

Một người đàn ông một người đàn bà
Và một bức tượng Phật
Căn phòng sôi tiếng thở

616.

Ngước nhìn trăng, hắn bỗng nhớ
Nụ hôn thời trẻ
Cái lưỡi như một miếng bánh thánh

617.

Em ở trong lòng anh
Uy nghi
Như một bức tượng làm bằng gió

618.

Những chiếc lá khát nước cúi đầu
Cầu nguyện
Mưa tắc kinh

619.

Hai người ngủ với nhau
Những tia nắng nhấp nháy nhìn trộm
Ngoài cửa sổ

620.

Nỗi buồn em
Long lanh trong
Những giọt nước mắt của nắng

621.

Nhìn trăng, nhớ Lý Bạch; nhìn mây, nhớ Thôi Hiệu
Các nhà thơ lớn đồng ký tên
Lên trên bầu trời

622.

Thế giới sẽ hoàn hảo hơn
Nếu Thượng Đế có chút
Óc hài hước

623.

Linh hồn anh như cánh bướm
Bay trên những đoá hoa vừa dậy thì
Nghe hoa hát

624.

Trong trái tim của gió
Có một người đàn bà
Ngoại tình

625.

Mùa thu, những đoá hoa hắt hơi
Văng đầy nước bọt
Lên bầu trời

626.

Hắn cần bàn tay phụ nữ
Để giữ ngăn nắp
Trong trái tim

627.

Giữa người và người bao giờ cũng có
Những biên giới
Bài thơ được viết bằng những thổ ngữ

628.

Mỗi chữ một đốm lửa
Mỗi bài thơ một đám cháy
Mỗi thiên tài một trận hoả hoạn

629.

Khi biển mất ngủ
Nó cắn nát ánh trăng
Rồi than cô đơn

630.

Tôi phục những chiếc lá quật cường
Bất chấp thời tiết
Vĩnh viễn xanh

631.

Nhìn vào trái tim nàng
Hắn thấy được
Tánh Không

632.

Gặp nhau, hai người yêu cũ
Chỉ nhìn
Những làn khói thuốc bay

633.

Nhà văn đứng lên chồng sách
Đút đầu vào sợi dây thừng
Chồng sách đổ

634.

Hơn hai ngàn năm
Chúa Giê-su ngủ gật
Trên thánh giá

635.

Thử thách lớn nhất của người làm thơ là
Nghe được tiếng chữ thở
Lúc chúng tự sướng

636.

Hoa không bao giờ khiêm tốn
Đã nở là nở bung
Rực rỡ

637.

Cả mấy ngàn năm, nhân loại khắc khoải chờ đợi
Một tiếng ngáy
Của Chúa

638.

Vào rừng, thích nhất là nghe tiếng suối
Tụng kinh
Rì rầm rì rầm

639.

Trong chữ SỐNG có chữ SỐ
Trong chữ CHẾT có chữ HẾT
Chết là tận tuyệt

640.

Người ta dựng lên thật nhiều nhà thờ
Để thách thức
Sự kiên nhẫn của Thượng Đế

641.

Hắn nhìn hắn trong gương
Chỉ thấy
Những mối tình bạc tóc

642.

Hắn nuôi lửa trong tim
Bằng những tình yêu vu vơ
Trước một nhành hoa dại

643.

Hắn chỉ say sưa với cái đẹp
Trên tay hắn, lúc nào cũng phấp phới
Một lá cờ trắng

644.

Cửa mình nàng
Đựng đầy
Kỷ niệm

645.

Một con chim cất tiếng hót
Còn em cúi đầu khóc
Tất cả đều là thơ

646.

Mỗi chiếc lá đều mắc nợ
Ánh nắng
Những nụ hôn nồng nàn

647.

Làm thơ là tự hành xác với chữ
Bao nhiêu tinh dịch trào xuống
Để có được một cành hoa

648.

Biển trầm mặc dưới nắng
Sóng uể oải rùng mình
Thèm làm một con còng tự do

649.

Bao giờ hắn cũng muốn viết một cái gì đó
Nhưng chỉ khi hắn không viết
Hắn mới thực sự là nhà thơ

650.

Trên bản đồ của nỗi nhớ
Mọi con đường đều
Đồng quy

651.

Những tiếng khóc uốn cong
Biến thành cây cung
Bắn nát mọi vì sao

652.

Em án ngữ mọi chân trời
Nhìn đâu cũng thấy tóc em
Bay cùng mây trắng

653.

Có những chữ cả vạn lần vu quy
Đi vào thơ
Vẫn như một trinh nữ lộng lẫy

654.

Không thể thấy hết vẻ đẹp của tình yêu
Nếu không dám
Uống đến giọt rượu cuối cùng

655.

Những giọt nước miếng của em
Thơm ngan ngát
Trong trí nhớ của lưỡi

656.

Anh nằm mơ thấy mình nằm mơ
Một giấc mơ huyền bí:
Anh hôn em

657.

Mọi đoá hoa đều loã thể
Bài thơ không cần có
Uyển ngữ

658.

Quá chán cuộc đời vô vị
Hắn treo cổ hắn
Một chút

659.

Hai câu thơ cùng vần
Ôm nhau
Lạnh cơn gió khoả thân

660.

Người ta có vô số lý do để im lặng
Trừ lý do chính đáng nhất:
Nghe tiếng nó hát

661.

Biển cứ gào thét mãi
Cho lòng đỡ
Quạnh hiu

662.

Trong thơ, hắn nấp sau những chiếc lá
Chỉ thấy mắt hắn
Lấp lánh

663.

Có những đoá hoa khuyết tật
Có những đoá hoa gần như tả tơi
Tất cả vẫn là hoa: Đẹp

664.

Nàng bị mắc kẹt trong một
Giấc mơ
Đã tắt thở

665.

Chúa cũng bài tiết
Phân của Người
Đầy trong cuộc đời

666.

Bước ngoặt lớn nhất trong lịch sử
Là khi con người biết nói
"Không!"

667.

Khi phát hiện việc sáng tạo loài người là một lỗi lầm
Thượng Đế bèn nghĩ ra
Cái chết

668.

Lá lúc nào cũng chung thuỷ với gió
Nó chỉ ra đi khi bị gió
Phản bội

669.

Bài thơ mộng du
Đi lạc ra ngoài trang giấy
Bị xe cán chết

670.

Cuộc đời của các nhà thơ lớn
Thường giống
Một bài văn xuôi dở

671.

Thơ là một tấm gương
Kẻ đứng trước gương chỉ là
Một cái bóng

672.

Trên đầu mỗi nhà thơ lớn
Đều có
Một làn mây phất phơ

673.

Bầu trời lúc nào cũng nằm sấp
Trong bụng đầy mây
Thở vi vu bằng gió

674.

Trong thơ, cần nhất là
Dưỡng khí
Thơ cũng cần thở

675.

Hắn vừa đi vừa mơ mộng
Đoạn đường nào cũng
Chơi vơi

676.

Bắt chước hoa trong tranh
Những đoá hoa thực cũng giả bộ
Đầy tâm sự

677.

Nhân loại ngày ngày lặp lại
Tội tổ tông
Mặc kệ nếp nhăn trên trán Chúa

678.

Chiếc lá đỏ như
Đôi môi son
Khiêu khích

679.

Trước sự yếu đuối của con người
Chúa cau mặt
Còn Phật thì mỉm cười

680.

Giọt nước mắt như dấu câu
Chấm hết
Một chuyện tình

681.

Tôi thương những cánh cửa sổ
Mở mắt
Một mình giữa khuya

682.

Tạo Hoá sẽ nhân đạo hơn nếu cho loài người
Những tấm vé
Khứ hồi

683.

Trong Kinh Thánh có những trang
Để trắng
Đó là lời của Chúa

684

Một con ong
Nằm chết
Mình dính đầy phấn hoa

685.

Tiếng khóc
Làm bạc tóc
Cả ánh trăng rằm

686.

Biển ích kỷ, lúc nào cũng gợn sóng
Không cho mặt trăng và mặt trời
Soi gương

687.

Tôi giận những đám mây độc ác
Đêm đêm
Chôn sống các vì sao

688.

Buổi sáng, chim cất tiếng hót
Cõng một hạt sương
Trốn nắng

689.

Thơ chỉ thích những góc khuất thật quạnh quẽ
Nơi người ta nghe được
Tiếng cựa mình của chữ

690.

Nàng yêu như một thác nước
Lao xuống vực
Tuẫn tiết

691.

Chiến tranh, người ta phát súng cho các bài thơ
Hoà bình trở lại
Mọi bài thơ đều bị sốt rét

692.

Đêm Chí Phèo gặp Thị Nở
Ở bờ sông
Ánh trăng ràn rụa: Tuyệt đẹp

693.

Những bài thơ tuyệt tác của trăng
Viết bằng ngôn ngữ toàn cầu
Ai cũng đọc được

694.

Cái Vô Tận sai biển nói chuyện với thế gian
Tiếc, sau Babel, loài người chưa giải mã được
Ngôn ngữ của sóng

695.

Tập thơ bị đốt cháy
Các con chữ nhảy ra ngoài
Thoát

696.

Đêm, nằm trằn trọc nhớ em
Anh viết bài thơ mới
Về một con bướm chết

697.

Để có thể yêu người khác
Chúng ta cần phải
Nhắm một mắt lại

698.

Khi nhà thơ chết
Một ngàn hạt sương ngừng lại giữa trời
Cùng cúi đầu tưởng niệm

699.

Tôi ngưỡng mộ sự bí ẩn trong linh hồn của đá
Lúc nào cũng lầm lì câm nín
Chỉ chuyện trò với mưa

700.

Chùm rễ đâm ngược lên trời cao
Ăn nắng
Sống sót qua mùa đông giá rét

701.

Tôi tin trên thiên đường có rất nhiều hoa
Và hoa không cần phải
Gai góc

702.

Khi vẽ xong bức tranh đầu tiên
Adam biết mình không cần về lại
Vườn địa đàng

703.

Trên các trang kinh, chữ thi nhau loạn luân
Để sinh ra
Những thần thánh khác

704.

Tôi sinh ra từ một bông hoa
Cả đời không quên
Mùi hương từ ngực mẹ

705.

Đêm cúi xuống hôn hắn
Hắn ngước mặt lên
Thấy trăng ứa nước mắt

706.

Hắn nhảy ùm xuống nước
Các mảnh trăng vỡ
Chôn xác hắn

707.

Chiến tranh chỉ nên có mặt
Ở một nơi duy nhất:
Viện bảo tàng

708.

Làm thơ là phóng thích những nỗi u uẩn
Để lòng được nằm nghiêng với
Những vạt nắng chiều

709.

Thơ là những đoá hoa bị để rơi
Trên đường lên
Núi Sọ

710.

Hắn nằm mơ thấy hắn hôn nàng
Nửa chừng thức giấc
Đôi môi hắn kẹt lại trong giấc mộng

711.

Những chiếc thuyền nằm yên trên biển
Thở phập phồng
Theo nhịp tim đập của sóng

712.

Đang đi, hắn bỗng dừng lại
Trời xanh ai tước mây
Đẹp não nuột

713.

Những hạt sương trên mái chùa nghe thuyết pháp
Chưa kịp giác ngộ
Đã vội tan vào hư vô

714.

Những đám mây bị cúm
Da tái nhợt và ho sù sụ
Nằm ườn trên không

715.

Mùa hè, cái nắng oi ả
Sát sinh
Những đám cỏ dại

716.

Thượng Đế gửi tặng loài người
Một món quà từ địa đàng:
Hoa

717.

Trong chiến tranh, hình ảnh đẹp nhất
Là những cánh bướm bay vẩn vơ
Giữa khói súng

718.

Thích nhất là nhìn sông: Thật yên ả
Lòng tự dưng hoá dòng nước
Trôi như một câu thơ đẹp

719.

Da trời màu xanh biếc
Gợi nhớ thời trẻ thơ
Nụ hôn treo đầu lưỡi

720.

Người thường nhìn mây thấy mây
Nhà thơ nhìn mây thấy mái tóc
Của sự vô thường

721.

Tạ ơn Chúa: Người đàn bà nào
Cũng
Đẹp

722.

Nỗi nhớ
Làm trầy trụa
Giấc ngủ

723.

Khi Nguyễn Du chấm hết Truyện Kiều
Vầng trăng đang tròn vành vạnh bỗng bị vỡ
Chỉ còn một nửa

724.

Em từ cánh đồng hoa cải đi ra
Màu vàng óng theo sau
Như một hào quang lấp lánh

725.

Không có tiếng động nào trong trời đất
Hay bằng âm nhạc
Chúa cũng biết điều đó

726.

Bài thơ nào cũng đầy
Những trích dẫn
Không xuất xứ

727.

Chỉ có các nhà thơ mới dịch được
Các văn bản của mây
Viết trên trời xanh

728.

Khi những họng núi lửa nở hoa
Và dòng sông gục đầu xuống khóc
Thơ ra đời

729.

Trong tâm hồn nhà thơ bao giờ cũng có
Những đám khói chiều
Hắt hiu

730.

Giật sập tượng bạo chúa, người ta phát hiện
Nó mang thai
Trong bụng có 100 quả trứng

731.

Cách mạng, người ta mang thần linh ra xử bắn
Viên đạn xuyên qua óc
Đội hành quyết

732.

Làm thơ, tôi nghe tiếng cựa mình dưới những ngôi mộ
Tiếng những bào thai ca hát
Và tiếng chữ ú ở trong mơ

733.

Mọi dòng sông đều ước mơ ra đến biển
Dù chỉ một lần để
Chết

734.

Bản sắc là màng trinh của một đất nước
Chỉ có điều, xin lưu ý:
Nó có thể giả

735.

Truyền thống là chiếc ghế
Người ta đứng lên
Đút đầu vào sợi dây thòng lọng

736.

Cô gái yêu những giọt sương khuya
Ánh trăng biết
Nên soi đường cho sương rơi

737.

Đừng cầu nguyện: Vô ích
Thần thánh không có
Lòng trắc ẩn

738.

Đêm giao thừa ánh đèn thức trắng
Leo lét mấy cây nhang
Nói chuyện với người khuất

739.

Những con chim ác là đứng ngơ ngác
Trên bãi cỏ biếc
Nắng mùa xuân ngập ngừng sang

740.

Những ngọn gió màu vàng
Làm rơi những chiếc lá
Trong công viên đầy mơ

741

Nàng nằm ngửa trong bài thơ
Nước chảy ướt
Thấm vào giấc mơ của hắn

742.

Khi cái đẹp trở thành tôn giáo
Mỗi đoá hoa là một
Thánh đường

743.

Tôi mở mắt nhìn ngẩn ngơ
Em: Bài thơ đang dậy thì
Dưới nắng

744.

Nàng âm hộ ướt: Một ký hiệu
Hắn dương vật ngỏng: Một ký hiệu khác
Đâu có gì thẹn thùng

745.

Biển là trái tim của quả đất
Thỉnh thoảng nhớ ánh trăng
Nó gào lên nức nở

746.

Những công viên ăn xin
Từng chiếc lá
Để tạo dáng mùa thu

747.

Hắn tẩy rửa ký ức
Để có chỗ trống
Cho một tia nắng non

748.

Có những dòng sông mãi mãi thủ tiết
Lúc nào cũng chỉ trung thành với
Những áng mây trôi

749.

Bất kể những cơn ghen của gió
Hoa tuy-líp lúc nào cũng
Ngửa mặt nhìn nắng

750.

Đêm rất dài với người mất ngủ
Trăng hết kiên nhẫn
Lặn vào đáy khuya

751.

Con người như những cây nhang
Cúi đầu
Khói bay vu vơ

752.

Hắn không biết ai đã viết ra hắn
Hắn chỉ biết
Hắn là chữ được dịch từ một ngôn ngữ khác

753.

Nhìn vào mắt nhau
Mỗi người chỉ thấy
Bóng họ

754.

Con chim đi trên cát
In dấu chân thật mờ
Sóng vẫn cố xoá cho hết

755.

Hắn bị thất lạc trong cánh đồng của các mẫu tự
Cái nhìn ướt bầu trời
Mây vẫn dửng dưng: Không cứu

756.

Hắn bị đóng đinh vào quá khứ
Kỷ niệm như mê lộ
Không thoát được

757.

Những chiếc lá khô nằm ngửa
Âm thầm đọc
Mùa thu trên không

758.

Làm thơ, hắn nhập thể vào chữ
Chữ thở phập phồng
Những tình yêu của hắn

759.

Trên đất Úc gặp những bụi chuối xum xuê
Xanh ngăn ngắt
Như những bài lục bát

760.

Trời hồn nhiên xanh
Mặc kệ mây
Cố khoe màu trắng

761.

Một rừng hoa bướm bay
Như những bài thơ
Phấp phới

762.

Trong thơ, không có bảng cấm
Mọi sự đều được phép
Miễn đừng dở

763.

Quyền năng của tình yêu
Nằm ở sự
Mơ mộng

764.

Những đoá hoa đẹp
Làm nghiêng cả
Đỉnh núi

765.

Buổi chiều trầm lặng
Hắn ngồi ngắm bầu trời rách rưới
Nắng không nứng nổi

766.

Khi đôi môi dính vào nhau
Hắn nhận ra vị lạnh
Nụ hôn đã tắt thở

767.

Màu tím của hoa oải hương
Làm tê cóng
Những hạt sương rơi

768.

Quốc khánh Úc hàng ngàn người diễu hành
Đường rợp cờ
Hắn nhìn nắng mới bay

769.

Trên sàn nhảy cuộc đời
Chân hắn bước
Lúc nào cũng lạc nhịp

770.

Tất cả các bài thơ bị chìm vào quên lãng
Đều trở thành phân bón
Cho chữ

771.

Đoá mộc lan trắng tinh khiết
Như vú một người con gái
Ủ đầy hương

772.

Đang ngủ, hắn nghe ai đó đọc một bài thơ thật hay
Hắn chép xuống
Sáng dậy, chỉ thấy một bãi nước bọt

773.

Hai hàng cây đứng cúi đầu
Chờ hắn và ngọn gió
Đi qua

774.

Chiếc lá vàng nằm trên vệ đường
Như một bài thơ thoi thóp thở
Nắng xiên khoai

775.
Có tiếng cười bâng quơ nhưng không có tiếng khóc bâng
    quơ
Khóc bao giờ cũng có lý do
Sau nó là lịch sử

776.

Biển bao la đến độ có những người vượt biên
Mấy chục năm sau
Linh hồn họ vẫn chưa tới bờ

777.

Mùa thu, ở đâu cũng đầy sương mù
Tất cả hư ảo
Chỉ lá vàng có thật

778.

Em đi trong công viên
Lúc nào cũng có gió tháp tùng
Thổi tiếng cười em bay

779.

Một ngọn lửa cháy bùng lên trong đêm
Ánh trăng bị phỏng
Chảy máu

780.

Sáng, đi bộ trên phố
Nghe tiếng sóng vỗ vào các đám mây
Nắng tung bọt trắng xoá

781.

Quỳnh là loài hoa của minh triết
Nở rạng rỡ và tàn rất nhanh
Để mọi vì sao đều luyến tiếc

782.

Nước biển rút, bãi cát đầy vết sẹo
Như một bài thơ viết tay
Nguệch ngoạc

783.

Ở đó, thời gian được đo bằng những cuộc chiến tranh
Mỗi dấu mốc
Một nghẹn ngào

784.

Dưới một chế độ nhân đạo
Chiếc thòng lọng được làm
Thật mềm mại

785.

Cảnh sát Campuchia bắt một cô gái
Từ Việt Nam sang bán dâm
Tên cô là Âu Cơ

786.

Lửng lơ, tất cả các bài thơ hắn viết
Đều theo
Thi pháp của mây

787.

Nắng hát trên những ngọn cây
Làm những câu thơ tình
Mở mắt

788.

Tôi yêu những dòng sông trôi lững lờ
Lúc nào nước cũng xanh
Bất kể tuổi tác

789.

Trước khi viên tịch, Đức Phật chỉ thều thào
Không ai nghe cả
Nhưng họ hiểu: Bài học vô ngôn

790.

Có những ngày biển động, sóng gió gào thét dữ dội
Sâu, dưới nước
Những con cá vẫn tiếp tục đẻ trứng

791.

Không có gì cao cả hơn ngôn ngữ
Tôi chỉ tin một Thượng Đế:
Ngôi Lời

792.

Từ chối đeo cà vạt và đọc diễn văn
Nhà thơ đứng đái
Tiếng nước chảy đầy nhạc tính

793.

Lá rụng gần hết: Mùa thu muộn
Còn lại chút mùa hè: Môi em
Dấu son in trên nền trời

794.

Không có ngọn gió nào có thể thổi tan
Những nỗi buồn
Liên văn bản

795.

Tất cả mọi con đường đều là ảo mộng
Không ai đi đâu cả
Họ trượt giữa hư không

796.

Anh yêu những đoá hồng khô
Và tiếng em cười
Còn giữ mãi trong nhật ký của nắng

797.

Những hơi thở của mùa xuân
Bao giờ cũng có chút hổn hển
Của những cuộc mây mưa

798.

Quay lưng lại với cái ác
Dửng dưng khi nhìn máu chảy
Hắn: Kẻ đồng loã

799.

Mùa hạ, nắng như một đế quốc hung bạo
Hoa vẫn quật khởi
Nở toe

800.

Hắn không có gì ngoài những giấc mộng
Và thơ
Thơ hắn đầy tinh khí

801.

Cuộc đời quá rộng lớn
Đứng chỗ nào hắn cũng thấy
Cô độc

802.

Tiếng thở dài trong đêm
Làm quằn quại
Ánh trăng

803.

Hắn trôi trên dòng sông
Không có nước
Vậy mà có lúc suýt chết đuối

804.

Hắn đứng ngẩn người
Nhìn nắng chiều
Cụt chân

805.

Những câu thơ bọt bèo tôi viết
Trôi lềnh trên
Nỗi tôi

806.

Lịch sử luôn luôn lặp lại
Với một ít biến tấu
Và thường rất ngu xuẩn

807.

Thơ như một hạt bụi
Đậu trong mắt
Đủ làm người xốn xang

808.

Hắn nhào lên người nàng
Gió quên mắc cỡ
Rên ầm trong vườn cây

809.

Eva là tác phẩm hoàn hảo của Thượng Đế
Kể cả những lúc
Nàng nhẹ dạ

810.

Đọc lịch sử để biết khinh bỉ con người
Đọc thơ để
Lấy lại niềm tin

811.

Tuổi thọ của thơ rất thấp
Phần lớn lìa đời
Lúc sơ sinh

812.

Từ khi Hitler, Stalin, Mao và Pol Pot xuống địa ngục
Địa ngục vắng tanh
Mọi người khác đều được ân xá

813.

Khi một bài thơ hoàn tất
Nó trở thành ký ức
Của chính nó

814.

Chiều, khi anh cắn vào môi em
Anh phát hiện
Nắng có vị ngọt

815.

Cành lá đỏ
Đóng dấu lên nền trời xanh
Những giọt máu

816.

Một đoá hoa anh túc rực rỡ
Nói hết những u uẩn
Mà nhà thơ không viết ra được

817.

Những bông hoa của cô độc
Có mùi hương
Vừa đủ chôn một người

818.

Mở cửa cho tiếng chim vào nhà
Tiếng chim tròn và ngọt lịm
Như một trái cam

819.

Nhà thơ đầu tiên trên trái đất
Là người đầu tiên
Biết cười

820.

Từ giã mùa hè, nắng lưu luyến
Nằm chết trên ngọn cây
Buồn tênh

821.

Giữa những trận đánh khốc liệt
Bỏ súng xuống, tay người lính run rẩy
Đụng vào vú người tình

822.

Anh cúi xuống hôn lên cổ em
Bị mùi hương
Đánh gục

823.

Ở đó, chỉ có các thầy bói nói chuyện tương lai
Còn tất cả chỉ loay hoay nói về
Quá khứ

824.

Tất cả các nhà thơ lớn đều được chôn
Trong nghĩa trang
Của chữ

825.

Buổi trưa khoả thân
Mây bay bay để ngăn nắng
Đừng quá loã lồ

826.

"Em yêu anh", tiếng thì thầm từ buồng phổi của nắng
Được gió giữ lại
Trong biên bản một cuộc tình

827.

Bao nhiêu mối tình chân thực
Bị chết ngộp
Bởi những vần thơ du dương

828.

Đêm, thật nhiều mây
Gió rì rào
Tôi vô tội với vầng trăng

829.

Hắn ngước nhìn lên trời
Những đám mây rách toác
Mùa thu đóng những con dấu

830.

Trong thơ, đao phủ không chém đầu
Hắn chỉ chôn sống
Những bài thơ dở

831.

Trên trái đất mênh mông
Hắn không có
Căn cước

832.

Đừng ảo vọng: Mọi nhịp tim đập
Đều bằng trắc
Muôn thuở

833.

Mỗi bài thơ là một thí nghiệm
Trên chữ
Về cái gọi là thơ

834.

Ở những chỗ khấp khểnh nhất của cuộc đời
Người ta học được
Cách bay

835.

Tôi xấu hổ khi nghĩ mình là nhà thơ
Chữ mới thôi nôi
Chưa đủ thành bia mộ

836.

Tất cả các thần linh
Đều chết ngạt
Vì tình yêu của khói nhang

837.

Đi câu cá
Hắn kéo lên được
Cả một dòng sông

838.

Đi xa, không bao giờ tôi quên được
Những câu lục bát à ơi
Từ miệng Mỵ Nương

839.

Khi cơn mưa bước vào sân
Giấc chiêm bao
Sũng ướt

840.

Tôi thích bẻ gãy những câu lục bát
Để nó thành khúc khuỷu
Như mọi cuộc tình

841.

Trước cổng Văn Miếu
Nụ hôn bị đánh cắp
Cả mười thế kỷ

842.

Hắn lọt sâu vào nàng: Hun hút
Không có vị thánh nào
Đứng gác

843.

Khi hai người ngồi lại với nhau
Sự im lặng cúi xuống nghe ngóng
Cuộc chuyện trò thầm kín của hai thân thể

844.

Hắn vô danh trên trái đất
Chỉ ánh trăng nhận ra hắn:
Một nhà thơ

845.

Phải ra giữa biển khơi
Mới thấy được
Thân phận con người

846.

Biển đôi khi giả vờ yên ả
Để đánh lừa
Ánh trăng

847.

Tôi thường gặp Chúa trong giấc ngủ
Và Phật những lúc nằm
Thao thức

848.

Nàng chụp ảnh hoàng hôn
Hắn đứng ngắm chim bay
Hạnh phúc giản dị như những luồng gió mát

849.

Tôi không muốn vào các nguyện đường
Tôi ghét cái bóng
Của mọi bức tượng

850.

Bài thơ tình mới khởi đầu
Trái tim chưa kịp lên tiếng
Đã bị chiếu bí

851.

Những đoá hướng dương quay về em
Khi em từ mặt trời
Bước xuống

852.

Lạ, mùa hè mà như mùa thu
Mây lẳng lơ
Còn nắng thì thẹn thùng

853.

Em ra đi, trời trở lạnh
Câu thơ lắng xuống
Nỗi nhớ ăn mòn giấc ngủ

854.

Hắn đọc thân thể nàng và phát hiện
Một bài thơ tự do
Dưới lỗ rốn

855.

Hắn viết xong bài thơ: Ánh trăng đọc
Hoa trong vườn thức đọc
Vợ hắn ngủ say

856.

Ánh trăng bị bắn hạ
Bởi một chữ
Lạc vần

857.

Đáng buồn nhất trong mọi chuyện tình
Là những trang
Đính chính

858.

Các văn nghệ sĩ có
Hộ chiếu riêng:
Tác phẩm

859.

Các nhà thơ lặn xuống đáy đại dương
Để tìm tứ
Tất cả đều chết vì đuối nước

860.

Trước tượng đài Trần Hưng Đạo
Không còn lư hương
Chỉ có rất nhiều đi

861.

Những tảng đá kể lể
Chuyện tình với nghêu sò
Bị sóng đánh vật vã

862.

Tôi thụ giáo những giọt sương
Bài học Bát Nhã
Sắc tức thị không

863.

Giọt nước mắt tự ngắm mình
Trong gương
Nghệ thuật vị nghệ thuật

864.

Mỗi người có cả một cuộc đời
Để chuẩn bị cho
Cái chết

865.

Thơ không phản ánh sự thật
Nó tạo ra
Sự thật

866.

Trong trí nhớ của vú
Mỗi nụ hôn là một đốm lửa
Để lại vết cháy

867.

Biển yêu hắn đến độ
Đêm nào
Sóng cũng liếm các giấc mơ của hắn

868.

Sóng đập nát mọi vì sao
Bầu trời vỡ
Ánh trăng vẫn hờ hững nhìn

869.

Đừng hỏi người già về tình yêu
Hãy hỏi những tia nắng mới
Và những đoá hoa vừa goá chồng

870.

Tiếng chim hót
Không cần
Nhạc lý

871.

Mỗi ngôi mộ
Chôn sống
Một giấc mơ

872.

Da thịt có những lý lẽ
Mà trái tim
Không hiểu được

873.

Từ trang giấy đứng dậy
Bài thơ thở vào mây
Làm úa nắng chiều

874.

Văn học sử ghi nhận
Hắn bị chết đuối
Trong một giấc mơ

875.

Hắn gí mắt vào máy vi tính
Viết bài thơ tình trăng rằm
Mặc kệ ngoài trời mưa rơi

876.

Tất cả chúng ta đều là diễn viên tận tuỵ
Trong vô số
Những vở kịch tồi của Thượng Đế

877.

Những bài thơ được viết
Để phụ hoạ
Các lời kinh của mưa

878.

Hắn nhả khói thuốc vào mùa thu
Bầu trời trống
Treo hờ một khoé trăng non

879.

Mùa thu bị các bài thơ lãng mạn cầm tù
Nó vùng vẫy
Làm rụng mất cả vầng trăng

880.

Gió thao túng cả bầu trời
Hàng cây mận nghiêng mình cố níu
Những cánh hoa sắp rơi

881.

Hắn muốn viết lại câu chuyện
Con chích choè kể
Nhưng chữ phản bội hắn

882.

Làm thơ là tìm kiếm tàn tích
Những nụ hôn cháy
Trong giấc mơ

883.

Bài thơ cần kịch tính
Của ngọn núi lửa
Nổ bùng

884.

Giữa sống và chết
Tôi chọn cái ở giữa:
Viết

885.

Thời gian không bao giờ
Biết nói
Xin lỗi

886.

Núi huy động cả rừng cây
Để diễn ngâm
Những bài thơ tình của gió

887.

Sự tịch mịch
Làm ngọn núi
Nổ tung

888.

Hắn tỏ tình với một đoá hoa
Đoá hoa tỏ tình với một con bướm
Con bướm quay lưng bay vào giấc mộng

889.

Thơ gắn liền với ý niệm phôi pha
Trong cõi vĩnh hằng
Không có thi sĩ

890.

Bài thơ bao giờ cũng cao hơn tác giả của nó
Ít nhất
Một cái đầu

891.

Tôi khinh bỉ mọi lời nói dối
Kể cả
Của thần linh

892.

Mỗi đời người nằm giữa hai dấu ngoặc
Trong diễn ngôn
Của đất

893.

Dấu chân của các nhà thơ lớn
Là những
Đại lộ

894.

Trước mặt là mùa thu
Sau lưng là nỗi em
Cả hai đều quạnh quẽ

895.

Hắn là tác phẩm của trời đất
Một bài thơ
Được ánh trăng viết

896.

Lịch sử là tác phẩm hư cấu
Của
Thượng Đế

897.

Để tìm hồn nước
Hãy đến
Các nghĩa trang

898.

Trong lý lịch trích ngang của hắn
Nguyên quán là
Hư vô

899.

Những con sông chảy mãi chảy mãi
Như những bản trường ca
Ngoài ký ức

900.

Không có tôn giáo nào có thể
Giải oan được
Cho Thượng Đế

901.

Kẻ thù lớn nhất của tình yêu là sự dửng dưng
Kẻ thù lớn nhất của thơ cũng là sự dửng dưng
Dửng dưng giết chết mọi cái đẹp

902.

Bị hư vô rượt đuổi
Hắn chạy trốn
Thơ mở ra như một tử cung đón hắn

903.

Những luống cày làm rách trang giấy
Tiếng tu hú xa xôi
Bài thơ đốt cháy những hạt nắng chiều

904.

Bây giờ đã cuối thu
Lá không còn tự sát
Mây sà xuống nóc chùa xin quy y

905.

Làm thơ, hắn ăn cắp chữ
Từ những giọt
Mưa rơi

906.

Thiền sư giao hợp với ngọn núi
Ngọn núi nín thở
Bài thơ vô tự

907.

Anh năn nỉ các thiên thần
Ngoảnh mặt đi
Để mình ầu ơ

908.

Đừng cầu toàn: Không có gì hoàn hảo cả
Ngay chính các tác phẩm của Thượng Đế
Cũng dở dang

909.

Những bài thơ ba dòng nhỏ xíu này
Có nặng bằng một hạt sương không?
Tôi không biết. Xin hỏi những ngọn cỏ

TIỂU SỬ

Nguyễn Hưng Quốc tên thật Nguyễn Ngọc Tuấn, sinh năm 1957 tại Quảng Nam, tốt nghiệp Cử nhân Ngữ Văn (Việt Nam) và Tiến sĩ văn học (Australia).

Sau khi tốt nghiệp đại học, ông được giữ lại làm cán bộ giảng dạy môn Văn học Việt Nam tại trường Đại học Sư phạm Thành phố Hồ Chí Minh. Năm 1985 vượt biển và định cư tại Pháp, ông làm việc trong toà soạn tạp chí Quê Mẹ (Paris). Năm 1991, ông di cư sang Úc và dạy tại nhiều đại học tại thành phố Melbourne, trong đó, lâu nhất là trường Victoria University, nơi ông làm chủ nhiệm Ban Việt ngữ và Việt học. Ông chuyên dạy về ngôn ngữ, văn học, văn hoá và chiến tranh Việt Nam. Ông cũng được sự uỷ thác của Hội Ngôn ngữ Cộng đồng Úc để tổ chức các khoá đào tạo giáo viên dạy tiếng Việt tại tiểu bang Victoria.

Nguyễn Hưng Quốc làm chủ bút tạp chí *Việt* (1998-2001) và đồng chủ biên tờ báo mạng *Tiền Vệ* (tienve.org) (2002-2019). Ông cộng tác với hầu hết các tạp chí văn học ở hải ngoại.

Là tác giả của 20 cuốn sách về văn học, văn hoá và chính trị Việt Nam, Nguyễn Hưng Quốc được đánh giá là một cây bút bình luận về thơ "thông minh và xuất sắc" (Mai Thảo, *Văn*, tháng 9, 1992), "cự phách" (Đỗ Quý Toàn, *Thế Kỷ 21*, tháng 8, 1996), "người có uy tín nhất" ở hải ngoại (Nguyễn Mộng Giác, *Talawas* 14.3.2006), "chữ nghĩa đanh thép, lý luận sắc bén [...] không phải thời nào cũng có" (Nguyễn Xuân Hoàng, VOA blog 2.9.2010).

909 bài thơ ba dòng là tập thơ đầu tiên của ông.

Tác phẩm đã in của Nguyễn Hưng Quốc:

- *Tìm hiểu nghệ thuật thơ Việt Nam* (Quê Mẹ, 1988)

- *Nghĩ về thơ* (Văn Nghệ, 1989)

- *Văn học Việt Nam dưới chế độ cộng sản* (Văn Nghệ, 1991, in lại 1996; Người Việt tái bản 2014)

- *Võ Phiến* (Văn Nghệ, 1996; Người Việt tái bản năm 2015 dưới tên *Võ Phiến, một đời trăn trở*)

- *Thơ, v.v... và v.v...* (Văn Nghệ, 1996)

- *Văn học Việt Nam, từ điểm nhìn h(ậu h)iện đại* (Văn Nghệ, 2000)

- *Văn hoá văn chương Việt Nam* (Văn Mới, 2002)

- *Sống với chữ* (Văn Mới, 2004 & in lại 2014, Lotus Media tái bản 2021)

- *Thơ 'Con Cóc' và những vấn đề khác* (ấn bản mới của cuốn *Thơ, v.v... và v.v...* với một số sửa chữa và phần Phụ Lục trích từ hai cuốn *Tìm hiểu nghệ thuật thơ Việt Nam* và *Nghĩ về thơ*, Văn Mới, 2006)

- *Mấy vấn đề phê bình và lý thuyết văn học* (Văn Mới, 2007; Người Việt tái bản 2014)

- *Socialist Realism in Vietnamese Literature: An Analysis of the Relationship Between Literature and Politics* (VDM Verlag, 2008)

- *Văn học Việt Nam thời toàn cầu hoá* (Văn Mới, 2010)

- *Phản tỉnh và phản biện* (Văn Mới, 2011, Người Việt tái bản 2013)

- *Phương pháp dạy tiếng Việt như một ngôn ngữ thứ hai* (Tiền Vệ, 2012; Người Việt in lại 2014)

- *Thơ Lê Văn Tài* (biên tập & giới thiệu, Văn Mới & Tiền Vệ, 2013; Người Việt in lại 2014)

- *Văn học Việt Nam tại Úc, chính trị và thi pháp của lưu vong* (Văn Mới & Tiền Vệ, 2013 & Người Việt in lại 2014)

- *Viết vu vơ* (Người Việt, 2014)

- *Những ý nghĩ rời* (Người Việt, 2014)

- *Thư Võ Phiến* (biên tập và giới thiệu, Người Việt, 2015)

- *Poems of Lê Văn Tài, Nguyễn Tôn Hiệt & Phan Quỳnh Trâm* (biên tập và giới thiệu chung với Nhã Thuyên, Vagabond Press, 2015)

CPSIA information can be obtained
at www.ICGtesting.com
Printed in the USA
LVHW010304200721
693160LV00006B/1039